योगा

ऑल्सो फॉर द गॉडलेस

(नास्तिकांनाही उपयोगी ठरणारे योगशास्त्र)

श्री एम

सकाळ प्रकाशन

सकाळ प्रकाशन

Yoga also for the Godless

First published by Penguin Random House India Pvt. Ltd.

योगा ऑल्सो फॉर द गॉडलेस (नास्तिकांनाही उपयोगी ठरणारे योगशास्त्र)

प्रथम आवृत्ती : ऑगस्ट, २०२५
प्रकाशक : सकाळ मीडिया प्रा. लि.
५९५, बुधवार पेठ, पुणे ४११ ००२
अनुवादक : श्री. वि. पटवर्धन
संपादन : अंजली इंगवले
मुद्रितशोधन : अंकित कोनकर
मुखपृष्ठ : वसीम हेलाल
मांडणी : अपूर्वा सेलूकर
मुद्रणस्थळ : विकास प्रिंटिंग अ‍ॅण्ड कॅरिअर्स प्रा. लि.
प्लॉट नं. ३२, एमआयडीसी, सातपूर, नाशिक
ISBN : 978-93-49487-53-6
संपर्क : ९८८१५ ९८८१५ / ८८८८८ ४९०५०
sakalprakashan@esakal.com

अनुक्रमणिका

पुस्तकामागील उद्देश

सांख्ययोगासारखं दुसरं काही ज्ञान नाही आणि योगसामर्थ्यापुढे दुसरं कोणतंही सामर्थ्य नाही.

– महाभारत

काही वर्षांपूर्वी एक चुणचुणीत मुलगी मला भेटायला आली व ती म्हणाली, "एम, माझी अशी खात्री आहे की, तुम्ही एक योगी आहात. योगशास्त्राविषयीच्या माझ्या एका प्रश्नावर तुम्ही काहीतरी मार्गदर्शन करू शकाल, असं मला वाटतं. योगाभ्यासाच्या सरावाचे शरीरस्वास्थ्यविषयक उपयोग लक्षात आल्याने योगाभ्यासाचा सराव करण्यासाठी मी खूप उत्सुक होते. अनेक ख्यातनाम व्यक्तीही आपलं शरीर तंदुरुस्त ठेवण्यासाठी योगाभ्यासाचा सराव करतात, या वस्तुस्थितीचाही माझ्या मनावर प्रभाव पडला."

"मी एका योगप्रशिक्षकाकडे गेले. तो मला परमेश्वराचे स्तुतिपर संस्कृत श्लोक शिकवू लागला आणि त्याने मला त्या श्लोकांचं पठण करण्याचा आग्रह केला. मी हिंदू घरात जन्माला आले असले, तरी देवावर माझी श्रद्धा नाही, माझा विश्वास नाही आणि मी नास्तिक आहे; हे मी त्याला बजावून सांगू लागले. त्याची ठाम समजूत होती की, गजाननाला आवाहन केल्याशिवाय मी योगाभ्यासाचा सराव करू शकणार नाही. त्याने हेही ठासून सांगितलं की, योगाभ्यासामागील उद्दिष्ट परमेश्वरप्राप्ती हे आहे."

"मी त्याला हेही म्हणाले की, देव वगैरे काही नाही. त्यामुळे योगाभ्यास करून, माझ्या मते जे मुळातच अस्तित्वातच नाही ते प्राप्त करण्यात मला काडीचाही रस नाही. तो त्याच्या सांगण्यावर हटून बसला आणि त्याने मला दुसऱ्या कोणातरी प्रशिक्षकाचा शोध घेण्यास सांगितलं."

"यावर तुमचं मत काय आहे?"

या मुलीने या ज्या योगप्रशिक्षकाबद्दल सांगितलं, तो माणूस काही अपवाद नाही. हजारो जण एका चुकीच्या धारणेखाली झगडत असतात की, योगाभ्यास हा एका आस्तिकतेच्या तत्त्वावर आधारित असून, नास्तिक किंवा अज्ञेयवादी विचाराच्या मंडळींसाठी तो निरुपयोगी आहे. काही योगप्रशिक्षक हे मान्य करतात की, योगासनांचे शारीरिक फायदे खूप आहेत; पण त्याबरोबर ते हेही म्हणतात की, जाणिवांचा विस्तार वाढवून आणि पूर्वसंस्कारित विचारसरणीच्या मर्यादांमधून जाणिवांना मुक्त करून त्यांना त्यांच्या अमर्यादित अशा सामर्थ्याविषयी जागृत करणं व त्यातून मुक्ती किंवा कैवल्यप्राप्ती साधणं हा योगाभ्यासामागील जो महत्त्वपूर्ण पैलू आहे, तो ही नास्तिकमंडळी कधीच साधू शकत नाहीत.

योगाभ्यासाबद्दल ज्या चुकीच्या कल्पना आहेत, त्या दूर करणं हाच या पुस्तकामागचा उद्देश आहे. त्याचबरोबर 'परमेश्वर' या संकल्पनेच्या कुबड्या बाजूला करून एक रोजव्यवहारी मार्गदर्शन करणं हाही एक हेतू आहे. तुमच्या हे ध्यानात येईल की, प्राचीन योगतत्त्वांमध्ये, 'एक सर्वशक्तिमान परमेश्वर जो तुम्हाला कह्यात ठेवतो आणि त्याच्या लहरीनुसार तुम्हाला तो स्वर्गात पाठवतो किंवा नरकात ढकलून देतो,' असा जराही उल्लेख नाही.

'योगसूत्र' या अद्वितीय ग्रंथामध्ये योगमहर्षी पतंजली यांनी योगाभ्यासामागील मूलभूत गोष्टीचा पुरस्कार करताना संपूर्ण ग्रंथामध्ये ईश्वर किंवा परमेश्वर या शब्दाचा केवळ दोन जागीच उल्लेख केला असून, तोही केवळ या महत्त्वाच्या सरावाच्या अनुषंगानेच केलेला आहे. पतंजली महर्षींना अभिप्रेत असणारा हा 'ईश्वर' एक आक्रमक देव आहे, का सांख्य तत्त्वज्ञानानुसार एक शांत पुरुष आहे, हा एक जुनाच

प्रश्न असून, त्यावर एक पूर्वग्रहविरहित व निकोप अशी चर्चा होणं गरजेचं आहे. हे सर्व मुद्दे आपण विचारात घेऊ. कारण योगाभ्यासाचा योग्य सराव होण्यासाठी त्यामागील तात्त्विक मूलभूत गोष्टी समजून घेणं हे महत्त्वाचं आहे.

सरतेशेवटी हे म्हणतो की, 'राजकीय व धार्मिक बुरखे पांघरून समाजाला वापरून घेणाऱ्या व स्वार्थासाठी त्यांचा उपयोग करणाऱ्या या प्रदूषित वातावरणात योगाची शुद्धता व पावित्र्य जपणं हाच केवळ हे पुस्तक लिहिण्यामागील उद्देश व प्रयत्न आहे.'

•••

योगाभ्यासाची ओळख

पारंपरिक भारतीय तत्त्वज्ञानातील सहा दर्शनांमध्ये[१] 'योग' या प्राचीन शास्त्राचा समावेश केला गेला आहे. सैद्धांतिक संकल्पना या जरी सांख्ययोगामधून मिळवण्यात आल्या असल्या, तरी ईश्वर या संकल्पनेबद्दल काही मतभेद आहेत. महत्त्वाची असलेली एक मतभिन्नता ही आहे की, सांख्ययोग हा केवळ शुद्ध अशा एका तात्त्विक स्वरूपाची रचना समोर ठेवतो, तर त्याउलट योग हा सांख्य संज्ञांचाच वापर करत ध्येयसिद्धीसाठीचे प्रत्यक्ष उपाय समोर मांडतो. सांख्य व योगामधील नात्याची तुलना शास्त्र व तंत्रज्ञानामधील नात्याशी करता येईल. शास्त्रीय सिद्धांत हे अमूर्त स्वरूपातील असतात, तर तंत्रज्ञान या अमूर्त सिद्धांतांना मूर्त अशा शोधांमध्ये रूपांतरित करते, ज्यातून उपयुक्त असे परिणाम घडून येतात.

काहीही असो, तंत्रज्ञानातून लागलेल्या या शोधांचा कधीकधी वाईट व विध्वंसक उद्देशांसाठीही वापर केला जातो. या धोक्याला आळा घालण्यासाठी सुरुवातीलाच योगाची नैतिक तत्त्वांच्या सरावाशी जोडणी करण्यात आलेली आहे. सर्वांत महत्त्वाचं नैतिक तत्त्व म्हणजे अहिंसा किंवा मानवांसकट इतर सर्व सजीवांनाही इजा न पोहोचवणं.

योगी माणसाने प्रचंड ऊर्जा व अमर्यादित असं ज्ञान मिळवलेलं असतं. कारण योगाभ्यासाच्या सरावामुळे त्याचा मेंदू हा ताण, कटकटी व मानसिक द्वंद्वांपासून मुक्त झालेला असतो. याचा परिणाम असा घडून येतो की, त्याचं मन स्थिरावतं, शांत होतं व तो एकाग्रचित्त होतो. या नैतिक मूल्यांना धरून राहिल्याने योगी माणसाचं ज्ञान व शक्ती यांचा स्वार्थी उद्देशांसाठी कधीही वापर केला जात नाही.

क्षुद्र अहंकाराचा नायनाट करणं ही गोष्टही योगप्रणाली व तिचा सराव या

---

१ दर्शन : या संस्कृत शब्दाचे 'वस्तुस्थितीला सामोरं जाणं' हे योग्य भाषांतर ठरेल.

बाबतीतील एक प्रमुख नैतिक घटक ठरतो. सांख्य म्हणजे द्वैतवादी तत्त्वज्ञानात एका शुद्ध अशा जाणिवेला पुरुष म्हणून गृहीत धरण्यात येतं व जे भौतिक जगतात स्वतःला रूपांतरित करते त्या आदिकालीन गोष्टीला प्रकृती असं समजण्यात येतं. प्राक्रोती इति प्रकृती अशी प्रकृतीची व्याख्या केली जाते, जे विभाजन करतं व त्यामुळे ते या विश्वातील वैविध्याला कारणीभूत ठरतं. या विश्वाप्रमाणेच मानवी देहामधील जागरूकतेला पुरुष आणि मूर्त शारीरिक भाग व मेंदूतून उगम पावणारे विचार यांना प्रकृती असं म्हटलं जातं. योग हा ईश्वर या एका विशेष पुरुषाला मानतो. हा विशेष पुरुष उत्क्रांती होण्यास मार्गदर्शन करतो व शांत आणि निर्मळ मनाच्या योगी माणसाला स्वतःमधील पुरुष घटक म्हणजेच हा विशेष पुरुष असल्याचं समजून येतं.

प्राचीन योगशास्त्रातील अधिकारी समजल्या जाणाऱ्या महर्षी पतंजलींच्या 'योगसूत्र' या ग्रंथात योगाची व्याख्या चित्तवृत्तिनिरोध अशी करण्यात आली आहे. याचा अर्थ असा होतो की, मनाला विचलित करणाऱ्या गोष्टींपासून व द्वंद्वांपासून मनाला मुक्त करणं. योगाभ्यासाच्या सरावाचं शिखर, म्हणजेच ज्ञानप्राप्ती किंवा कैवल्य हे तेव्हाच गाठलं जातं, जेव्हा प्रकृतीमुळे पूर्वसंस्कारित झालेलं मन या प्रभावातून मुक्त होतं व पुरुषस्थित परमानंद आणि अमर्याद स्वातंत्र्याच्या स्वस्थित मूलभूत आनंदात रममाण होतं. कैवल्य म्हणजेच दैनंदिन अस्तित्वातील विविधतेत राहूनही एकटेपणा अनुभवणं होय.

मन शांत होणं हा परिणाम योगाभ्यासाच्या सरावामुळेच घडून येतो. दुसऱ्या शब्दांत सांगायचं झालं, तर असं म्हणता येईल की, मन हे मर्यादांच्या सीमा झुगारून देऊन एका विशाल सर्वव्यापकतेचा अनुभव घेऊ लागतं. दुःख व निराशा याकडे योगी पुरुष एकाच नजरेने बघतो. कारण या गोष्टी त्याच्या मनाला शिवूच शकत नाहीत. असा योगी एकतर निवृत्त तरी होतो किंवा जराही आत्मकेंद्रितपणा न बाळगता मानवतेच्या कल्याणासाठी काम करत राहतो. योगाभ्यासाच्या मागचं मूलभूत उद्दिष्ट हेच आहे.

ज्याला आपण देव किंवा परमेश्वर असं जे समजतो, त्याची या परिवर्तनात कोणतीच भूमिका नसते. महत्त्वाची गोष्ट ही आहे की, पतंजलींच्या योगसूत्र या ग्रंथात ईश्वर ही संज्ञा केवळ दोन श्लोकांमध्येच आढळते. तात्त्विक स्वरूपाचे आधार हे जास्तकरून सांख्ययोगातून घेण्यात आले असल्याने ईश्वर या शब्दाचा अर्थ खूपच संदिग्ध किंवा अस्पष्ट असा ठरतो.

सांख्यतत्त्वांमध्ये जरी विशेष पुरुषाचा उल्लेख असला, तरी जेव्हा प्रकृतीचाच त्याग केला गेलेला असतो तेव्हा हा त्याग केलेल्या व्यक्तीच्या वैयक्तिक पुरुष घटकापासून ती व्यक्ती वेगळी अशी समजलीच जात नाही. या संकल्पनेमधूनच या सिद्धांताचा जन्म होतो की, एखादा प्रगत योगी जेव्हा कैवल्याच्या एकांतात जाऊन पोहोचतो, तेव्हा तो स्वतःच परमेश्वर बनून गेलेला असतो. मी मुद्दामहूनच 'गुरू' या शब्दाचा उपयोग करत नाही. कारण हा शब्द जरा जास्तच भारदस्त आहे. म्हणून शिक्षक किंवा प्रशिक्षक हा शब्द वापरून मी हे म्हणतो की, परिणामस्वरूपी त्या प्रशिक्षकालाच कैवल्यप्राप्ती झालेली असते व त्यालाच ईश्वर असे संबोधून त्याच्याकडून मदत मिळू शकते.

आणखी एक गोष्ट मी ही सांगतो की, पतंजलींच्या योगसूत्र या ग्रंथातील 'समाधिपाद' या प्रकरणात त्यांनी हे म्हटलं आहे की, समाधी स्थिती किंवा जे अंतिम उद्दिष्ट आहे, त्या कैवल्याप्रत पोहोचवणाऱ्या उच्च जागृतावस्थेच्या प्राप्तीसाठी ईश्वर या संकल्पनेवर चिंतन करणं, हा इतर अनेक मार्गांपैकी एक महत्त्वाचा मार्ग आहे. संस्कृतमधील हे सूत्र 'ईश्वर प्रणिधानात्व' असं आहे. ईश्वर म्हणजे काय हे आपण थोडं बाजूला ठेवून देऊ. कारण त्यावर आपण खूप चर्चा केली आहे; पण या सूत्राच्या शेवटच्या व या अक्षराला जास्त नीट समजून घेतलं पाहिजे. या व चा अर्थ असा होतो की, असे अनेक मार्ग किंवा तंत्रं आहेत की, ज्यांना विशेष महत्त्व दिलं गेलेलं नाही. 'ईश्वर चिंतना'च्या इतर अनेक मार्गांपैकी एक मार्ग असं याचं अचूक वर्णन होऊ शकेल.

योगाचार शाखेचे बौद्ध हे नास्तिक असले, तरी ते त्यांच्या ध्यानधारणेच्या तंत्रांमध्ये अनेक देवदेवतांना स्मरून त्यांना आवाहित करतात. यावरून असं दिसून येतं की, मन शांत करण्यासाठी वापरलेल्या या सर्व काही केवळ कार्यपद्धती असून, त्या सर्वोच्च व सर्वशक्तिमान निर्मात्याला किंवा विनाशकाला या देवतांच्या स्वरूपात पाहिलं जातं. आणखी एक लक्षणीय गोष्ट ही आहे की, पतंजलींच्या ग्रंथातील आता सांगितलेल्या सूत्रानंतर जवळचं असं 'औषधानम' हे आणखी एक सूत्र देण्यात आलेलं आहे. त्याचा शब्दशः अर्थ 'काही रासायनिक द्रव्यांचा वापर' असा होतो. जागृतावस्थेमधून समाधीकडे नेणाऱ्या इतर काही मार्गांपैकी औषधानम् हाही एक मार्ग आहे हे यामधून ध्वनित होतं.

कैवल्याच्या ध्येयाप्रत पोहोचण्यासाठी योगशास्त्र हे टप्प्याटप्प्याने पुढे जाते. योगसूत्र किंवा लेखकानेही ज्याचा उल्लेख 'क्रियायोगावरील प्रबंध' असा केला आहे, त्याला 'अष्टांगयोग' असं म्हटलं जातं किंवा 'आठ अवयवांचा योग.' जे पाळणं गरजेचं आहे, अशा 'यम-नियमांचं' किंवा अशा नियम निर्बंधांचं वर्णन यात करण्यात आलेलं आहे. सर्वांत पहिला नियम म्हणजे अहिंसा – कोणत्याही सजीवाला कशा प्रकारचीही इजा न पोहोचवणे व सर्वसामान्यपणे जीवनातील सर्वच बाबतींत संयमित किंवा माफक प्रमाणात राहणे व साधी जीवनशैली अंगीकारणे. त्यानंतर आसने (योगासने), प्राणायाम (श्वासोच्छ्वासावर नियंत्रण), प्रत्याहार (इंद्रियांवर स्वेच्छेने ताबा मिळवण्याची कुवत वाढवणे.), धारणा (एकाग्रचित्त होणं.), ध्यान (चिंतन-मनन) व सर्वांत शेवटी समाधी (अशी एक अवस्था, जिच्यामध्ये मन हे पूर्वसंस्कारांमधून मुक्त होऊन ते त्याची स्वतःची पूर्ण क्षमता जाणतं.).

ज्यांचा उल्लेख पुढे 'जैन' असा होऊ लागला, त्या श्रमणांचं एकमेव व महत्त्वाचं आकलन म्हणजे *अहिंसा परमो धर्मः* इतर सजीव प्राणिमात्रांना इजा पोहोचवायची नाही, या तत्त्वाचा त्यांच्यावर मोठा प्रभाव आहे. हे काही एखादं नैतिक आकलन किंवा दैवी साक्षात्कार नाही. कारण तसं बघिलं तर ते सर्व जण पूर्ण नास्तिक असतात; पण दैनंदिन जीवनात हे पाळणं महत्त्वाचं आहे, ज्यामुळे मनःशुद्धी होते व निर्वाणाकडे वाटचाल चालू होते.

या आठ नियमांचा पुनर्विचार करता, आसने म्हणजे शरीराचे निरनिराळे अवयव एका विशिष्ट स्थितीत ठेवणं व हे प्रकार व्यायामप्रकारासारखे दिसतात. त्यांचा उपयोग केवळ शारीरिक तंदुरुस्तीपुरता नसून, त्यांची संरचना अशी करण्यात आली आहे की, ज्यायोगे एंडोक्राइन ग्रंथीं (Endocrine glands)च्या कार्यात बदल घडून येतात. (या ग्रंथी नलिकाविरहित असून, त्यांचा स्राव हा थेट रक्तातच सोडला जातो.) या योगासनांमुळे मनात होणारी चलबिचल किंवा द्वंद्वं नाहीशी होऊन मन समतोल व शांत होत जातं. मनाच्या चंचल वृत्तीवर ताबा मिळवण्यात ही योगासनं मोठी महत्त्वाची भूमिका बजावतात. प्राणायाम किंवा श्वासोच्छ्वासावरील नियंत्रण हेही एक मोठी भूमिका बजावतं, ज्यायोगे शरीराला प्राणवायूचा योग्य प्रमाणात पुरवठा होऊन मन शांत होऊन ते अंतर्मुखी होत ध्यानावस्थेत जातं.

आता आपण इथपर्यंत पोहोचल्यावर, एखाद्या नास्तिकाने किंवा अज्ञेयवाद्याने योगाभ्यास करावा का नाही, या प्रश्नाचं उत्तर वाचकांना एखादे वेळेस मिळालं असेल. योगाभ्यासाचा जो कोणी सराव चालू ठेवेल, त्याला अनेक प्रकारच्या फायद्यांचा लाभ होईल. विशेष म्हणजे या गडबड गोंधळाच्या दुनियेत त्याला मनःशांती प्राप्त होऊन तो त्याची प्रचंड ऊर्जा कामाला लावू शकेल.

तेव्हा एकंदरीत विचार करता असं म्हणता येईल की, योगाभ्यासातील प्रावीण्य, जाणिवांचे विस्तृतीकरण व मर्यादांपासून मुक्त होणं या गोष्टींचा वैयक्तिक समजांशी, मग ते धार्मिक असोत वा इतर कोणतेही असोत, जरासाही संबंध नाही. योग ग्रंथांमध्ये ज्या पद्धती सांगितल्या आहेत, त्यानुसार टप्प्याटप्प्याने योगाभ्यासाचा सराव करत राहणे व तेही एखाद्या योग्य व सच्च्या प्रशिक्षकाच्या मार्गदर्शनाखाली करणं हे महत्त्वाचं आहे. केवळ काहीतरी वरवरचे वाचून तज्ज्ञ प्रशिक्षकाच्या मार्गदर्शनाशिवाय हा सराव करण्यातून होणारे शारीरिक व मानसिक परिणाम घातक ठरू शकतात.

याउलट एखादा संयमी असेल, हा सराव तो काळजीपूर्वक आणि आपल्या शारीरिक व मानसिक क्षमतेला झेपेल त्यानुसार करत असेल तर त्याच्यापुढे एक विस्तीर्ण व अमर्याद असं विश्वं उभं राहील. त्याचं रूपांतर मनुष्यप्राण्यांतील एका उत्तम अशा मानवात होईल व त्याला ऊर्जेचा अमर्याद साठा व मनःशांती लाभेल. एक सच्चा योगप्रशिक्षक, जो संवाद साधण्यास तयार आहे, एखादा संप्रदाय चालू करून लोकांना नादी लावणं हा ज्याचा हेतू नाही, तो तुमच्या कुवतीनुसार तुम्हाला योगाभ्यास शिकवण्यास एक आदर्श व्यक्ती ठरते.

•••

संक्षिप्त ऐतिहासिक दृष्टिकोन

त्या विश्वनिर्मात्या परमेश्वराला फारसं महत्त्व न देणं व नास्तिकतेकडे कल असणं, हा काही अलीकडचा भाग नसून, त्याचा स्पष्ट उल्लेख सांख्ययोगात, श्रवण व बौद्ध ग्रंथांमध्ये आणि मोठ्या प्रमाणात योगसूत्रांमध्येच आढळतो. महाकाव्यांचा जन्म होण्याच्या आधी खूप पूर्वी व हिंदू विचारसरणीनुसार परमेश्वराचं अस्तित्व मानणाऱ्या पंथाची सुरुवात होण्यापूर्वीच्याही आधी सर्वप्रथम वैदिक श्लोकांमध्ये व नंतर उपनिषदांमध्ये मुक्त विचारसरणी व कोणतेच ठाम उत्तर नसलेल्या तर्कसंगत वृत्तीवर भर देण्यात आला आहे.

चार वेदांपैकी पहिल्या म्हणजे, 'ऋग्वेदा'मधील नासदीय सूक्तामध्ये याचं पहिलं उदाहरण सापडतं. त्यामध्ये प्रज्ञेच्या उगमस्रोताला म्हणजे श्रुतीला या निर्मितीचा निर्माता असं समजण्यात आलेलं आहे. यांमधील काही भाग या विश्वनिर्मितीचा शास्त्रीय शोध घेण्याच्या प्रयत्नांमध्येही थोड्या प्रमाणात आढळून येतो. महत्त्वाचा मुद्दा हा आहे की एक निकोप किंवा निरोगी अशी संशयात्मक वृत्ती कायम बाळगावी. राल्फ टी. एच. ग्रिफिथ यांनी केलेले (Ralph T. H. Griffith: Hymn of Creation : Book 10 : CXXIX) ऋग्वेदातील विश्वनिर्मितीसंबंधीच्या श्लोकाच्या सर्वोत्तम अनुवादाचं हे उदाहरण आहे. (पुस्तक क्र. १०) संस्कृतमधील तो मूळ श्लोक वाचल्यावर तो अनुवाद किती यथार्थ आहे हे मी खात्रीपूर्वक सांगू शकतो.

विश्वनिर्मिती स्तोत्र

१. तेव्हा काही अस्तित्वातच नव्हतं किंवा काही अस्तित्वच नाही असंही नव्हतं. तिथे हवेचं साम्राज्यही नव्हतं वा आकाशही नव्हतं.
झाकलं गेलेलं काय होतं व कुठं होतं? आश्रय देणारं काय होतं? तिथे पाणी होतं का, पाण्याचा अथांग असा गहिरेपणा होता का?

२. तेव्हा मृत्यूही नाही किंवा अमरत्वही नाही असं कोणतंच चिन्ह दिसत नव्हतं. दिवस-रात्र हा भेदही नव्हता. श्वासोच्छ्वास करणारी व नैसर्गिकपणेच श्वासविरहित अशीही काही गोष्ट नव्हती.

३. होता केवळ अंधकार. या अंधाराखाली केवळ सरसकट अंदाधुंदी काय ती झाकली गेलेली होती.
त्या वेळी केवळ निराकार अशी एक पोकळी मात्र होती. त्या उबेच्या प्रभावामुळे एक कोंब जन्माला आला.

४. त्यानंतर सर्वांत प्रथम इच्छा जन्माला आली, जिला आत्म्याचं आदिम बीज म्हणता येईल.
ऋषी-मुनींनी जेव्हा याचा मनःपूर्वक शोध घेतला, तेव्हा त्यांना हे उमगलं की, काही अस्तित्वच नव्हतं व काही अस्तित्वातच नाही असंही नव्हतं.

५. केवळ एक लांबलचक व आडवा छेद देणारी रेषाच काय ती होती. तिच्या वर काय होतं किंवा खाली काय होतं? माहीत नाही!
तिथे जन्मदाते होते, तिथे बलाढ्य अशा शक्ती होत्या, मुक्त कारवाई, इथं, तिथं, सर्वत्र प्रचंड ऊर्जा अशी परिस्थिती होती.

६. हे सर्व केव्हा जन्माला आलं व ही सर्व निर्मिती कुठून झाली, हे खरोखरच कोणाला निश्चितपणे माहीत आहे का व तो त्याबद्दल काही सांगू शकेल का? या विश्वनिर्मितीनंतर खूप उशिराने परमेश्वर अस्तित्वात आला व तो अस्तित्वात तरी कुठून आला? कोणाला माहीत!

७. या निर्मितीचा उगम त्या परमेश्वरामुळे झाला का की, नाही झाला हेही कोणाला माहीत नाही.

> त्या सर्वोच्च स्वर्गामधील कोण असा आहे की, जो या सर्वांवर नजर ठेवून त्याचं नियमन करतोय, हे तो परमेश्वरच जाणे किंवा एखादे वेळेस तोही जाणत नसेल.

जिचा विशेष उल्लेख करावा ती गोष्ट म्हणजे या ठिकाणी दिसणाऱ्या अनेक प्रश्नचिन्हांचा, चौथ्या, सहाव्या व सातव्या श्लोकांचा योगाभ्यासाच्या सरावाशी संबंध आहे.

शांतिमंत्र

वेदांचा गाभा किंवा वेदांचं सार असं ज्याला म्हणता येईल त्या उपनिषदांमध्ये असलेल्या काही शांतिमंत्रांकडे आपण वळू या. हे मंत्र प्रतिपादन व पुष्टीकरण स्वरूपाचे असून, त्यामध्ये त्या सर्वशक्तिमान निर्मात्याची केवळ स्तुतिस्तोत्रं म्हणण्याऐवजी आध्यात्मिक प्रगतीतून शारीरिक व मानसिक सामर्थ्य वाढून ध्येयसिद्धी व्हावी हे सांगितलं आहे. त्यातील अनेक मंत्रांच्या शेवटी मनःपूर्वकतेने शांतीची इच्छा धरण्यात आलेली असून, हे जग व त्यात राहणाऱ्या माणसांची उन्नती होऊ दे, अशीही कामनाही व्यक्त करण्यात आली आहे.

असतो मा सद्‌गमय
माझी उन्नती असत्याकडून सत्याप्रत होऊ दे।
तमसो मा ज्योतिर्गमय
माझी उन्नती अंधकारातून प्रकाशाकडे होऊ दे।
मृत्योर्मा अमृतं गमय
माझी उन्नती मृत्यूपासून अमरत्वाप्रत होऊ दे।
ॐ शांति शांति शांतिः।।
ॐ शांति शांति शांतिः

ॐ सर्वे भवन्तु सुखिनः

सर्व जण सुखी व्हावेत।

सर्वे सन्तु निरामयाः

सर्वांना उत्तम आरोग्य लाभू दे।

सर्वे भद्राणि पश्यन्तु सर्वे भद्राणि पश्यन्तु

सर्वांचं मंगलकल्याण होऊ दे।

मा कश्चित् दुःख भाग्भवेत्

कोणालाही दुःख-पीडा भोगाव्या लागू नयेत।

ॐ शांति शांति शांतिः।।

ॐ शांति शांति शांतिः

ॐ सह नाववतु

आम्हा दोघांचंही संरक्षण होवो। (प्रशिक्षक व विद्यार्थी)

सह नौ भुनक्तु

आम्हा दोघांचेही पालनपोषण होवो।

सह वीर्यम् करवावहै

मोठ्या जोमाने व उत्साहाने आमच्या हातून एकत्रितपणे कार्य घडो।

तेजस्वि नावधीतमस्तु

प्रज्ञेच्या प्रकाशाने आम्ही प्रकाशित होवो।

मा विद्विषावहै

आमच्यामध्ये वाद-विवाद होऊ नयेत।

ॐ शांति शांति शांतिः।।

ॐ शांति शांति शांतिः

ॐ पूर्णमदः पूर्णमिदम्
ॐ तेही पूर्ण आहे, हेही परिपूर्ण आहे।
पूर्णात् पूर्णमुदच्यते
त्या पूर्णत्वातूनच हे पूर्णत्व आलेलं आहे।
पूर्णस्य पूर्णमादाय
जेव्हा हे पूर्णत्व त्या पूर्णत्वातून वेगळं केलं जातं।
पूर्णमेवावशिष्यते
तेव्हाही ते पूर्णत्व पूर्णत्वच राहिलेलं असतं।
ॐ शांति शांति शांतिः।।
ॐ शांति शांति शांतिः

येथे उल्लेख केलेल्या मंत्रांमध्ये देव किंवा परमेश्वर असा उल्लेख कुठेच केलेला नाही. केवळ अंतिम सत्याच्या परिपूर्णतेबद्दल किंवा पूर्णत्वावर भाष्य करण्यात आलेलं आहे. प्रकृतीच्या पूर्वसंस्कारांपासून म्हणजेच भौतिक जगतापासून मुक्त झालेलं आपलं जे खरं स्वत्व आहे, त्यालाच सांख्य व योगामध्ये पुरुषाची परिपूर्णता असं म्हटलेलं आहे. सर्व मूर्त गोष्टींना नाकारल्यावर जे काही शिल्लक उरतं, त्यालाच वेदान्तामध्ये ब्रह्म असं संबोधण्यात आलं आहे. ज्याला परमेश्वर असं क्वचितच म्हटलं गेलं आहे, जे प्रकृतीच्या प्रभावाखाली नसून, जे कायमस्वरूपी मुक्त आहे, त्या स्वत्वामध्ये असलेल्या पुरुषाचा शोध घेणं हे योगाभ्यासाचं उद्दिष्ट आहे.

प्राचीन शिकवणीतील योगाभ्यास

आपण आता जरा प्राचीन शिकवणीतील योगाभ्यासाविषयीच्या संदर्भांकडे वळू या. ब्रह्मवादी ग्रंथातील उपनिषदांपैकी कथा उपनिषदात योगाचा उल्लेख आहे.

कठोपनिषद : जाणिवांवरील संयम - जेव्हा या पाच जाणिवा (ज्ञानेंद्रियांनी दिलेले संदेश) व मन जेव्हा सक्रिय न राहता शांत, स्थिर होतं, तिलाच परमोच्च अवस्था म्हणण्यात येतं. या पाच जाणिवांवर ताबा मिळवून संयमित राहणं हाच

योग आहे. ही अवस्था आली की, मन विचलित होत नाही. कारण योग म्हणजेच उन्नत होऊन विलीन होणं. आता भगवद्गीतेकडे वळू –

मनःशांती व कौशल्यपूर्ण कर्म

- अर्जुना तू योगामध्ये सांगितलेल्या कृतींनुसार आचरण ठेव, आसक्ती (ओढ) सोडून दे, यश व अपयश हे एकसमान मान.
- योग म्हणजेच आपल्या कृतींमध्ये कुशलता आणणं.
- योग म्हणजेच भोग-यातनांपासून वेगळं होणं.
- योगी माणूस हा संन्याशांपेक्षा, ज्ञानी पंडितांपेक्षा व कर्मकांडे करणाऱ्यांपेक्षाही थोर असतो. तेव्हा अर्जुना! तू योगी हो!

महाभारतात म्हटले आहे –

योगसामर्थ्यासारखं दुसरं सामर्थ्य नाही. सांख्यसूत्रांसारखं दुसरं कोणतं ज्ञान नाही.

याशिवाय बौद्धमंडळींचे योगाचारावरील अनेक ग्रंथ आहेत. या ग्रंथांपैकी *योगाचारभूमी सूत्र* या ग्रंथात योगावर भाष्य करण्यात आलं आहे. जैन शाखेच्या श्रमण साहित्यामध्ये योगाभ्यास सरावाबद्दल विस्तृतपणे मांडण्यात आले आहेत.

हे नमूद करतो की, योगाचार शाखा ही पतंजलींच्या योगसूत्राच्याही आधीची आहे. योगसूत्रामध्ये योगाची सर्वोत्कृष्ट अशी व्याख्या केली आहे.

ती अशी – 'योग म्हणजे मन विचलित होऊ न देणं.' याचा असाही अर्थ घेता येईल की, मनाचे क्रियाकलाप थांबवणं (मनाशी चाललेले खेळ थांबवणं.). पतंजलींच्या योगसूत्र या ग्रंथानंतर योगावर अनेक ग्रंथ लिहिले गेले. आता त्या विषयात न पडता पुढे योग्य जागी त्यांचा संदर्भ घेऊ.

काही ग्रंथांची नावे

१. वैशेषिक सूत्र
२. मालिनीविजयोत्तर तंत्र
३. शिवपुराण
४. पतंजलींच्या योगसूत्रावर व्यासांनी केलेले भाष्य

५. वसिष्ठ संहिता
६. हेमचंद्रांचे योगशास्त्र
७. योग-बीज
८. श्री हंसमिथूंचे हंसविलास
९. घेरण्डसंहिता
१०. गोरक्षशतक
११. हठयोग प्रदीपिका
१२. योग याज्ञवल्क्य

या ग्रंथांच्या कालखंडांविषयी भरपूर मोठ्या प्रमाणात मतभिन्नता असली, तरी प्रस्तुत चर्चेमध्ये ती महत्त्वाची नाही. माझं मत असं आहे की, योगाभ्यास सरावावर भर देत असला, तरी योगदर्शन व सांख्यदर्शन यात फारसा फरक नाही. माझ्या या मताचं पुष्टीकरण करणारं भगवद्गीतेतील एक उद्धरण देतो. ते आहे –

'सांख्य व योग हे वेगळेवेगळे आहेत हे विधान शहाणपणाचं नाही. या दोहोंपैकी एकाचा जरी कोणी योग्य प्रकारे अवलंब केला, तरी त्याला दोन्हींचे फायदे प्राप्त होतात. सांख्ययोगाच्या अवलंबनाने जी स्थिती मिळते तीच स्थिती योगीजनांना योग अवलंबनाने प्राप्त होते. सांख्य व योग हे एकच आहेत. ज्याला हे कळतं त्यालाच सर्व काही कळलेलं असतं.' – भगवद्गीता

सांख्य हे काही एक नास्तिकतावादी तत्त्वज्ञान नाही.

•••

समाधिपाद

योगाभ्यास : भाग १

योगाभ्यास : भाग २

योगाभ्यासाचा सराव
भाग १

पतंजलींच्या योगामध्ये विश्व निर्माण करणारा देव किंवा परमेश्वर या संकल्पनेचा अंतर्भाव आहे का नाही, या प्रश्नावर आपण चर्चा केली व आपल्याला हे समजलं की, अशा काही संकल्पनेचा समावेश नाही. तेव्हा आता आपण सिद्धांत किंवा त्याही पुढे म्हणजे योगाभ्यासाच्या सरावाकडे निघू. सांख्य काय किंवा बौद्ध काय किंवा जैन शिकवण्यांमध्येही काय, विश्वनिर्माता परमेश्वर या संकल्पनेला कोणतीच भूमिका नाही हे कृपया ध्यानात ठेवा.

अथ योग अनुशासनम् अशा अत्यंत मुद्देसूद किंवा संक्षिप्त सूत्रापासून पतंजलींनी सुरुवात केलेली आहे. आता आपण योगसराव चालू करू.

आपण सुरुवात ही अशी करू –

१. समाधिपाद : अत्युच्च जागृतावस्थेचा अभ्यास
२. साधनापाद : प्रत्यक्ष सराव
३. विभूतिपाद : सरावातून मिळवलेली ती सर्वोच्च साध्यता
४. कैवल्यपाद : त्या सर्वोच्च ध्येयप्राप्तीनंतर सरावकर्त्याला अनुभवाला येणारी ती अंतिम मुक्तता – असामान्य असं जाणीवसामर्थ्य आणि प्रकृतीच्या पूर्वसंस्कारापासून मुक्तता.

परमेश्वराच्या अस्तित्वावर विश्वास ठेवायचा का नाही, हे योगाभ्यासाचा सराव

करणाऱ्याच्या पूर्णतः अखत्यारीतील आहे. योगाभ्यासात यश मिळवण्यासाठी व त्याचबरोबर त्या सर्वोच्च अशा कैवल्यस्थितीमध्ये पोहोचण्यासाठी परमेश्वरावर विश्वास असणं, ही अट महत्त्वाची नाही, ही गोष्ट मी पुनःपुन्हा बजावून सांगतो. आपल्या शिकण्यात जे पूरक ठरतील, अशा इतरही ग्रंथांचा जरुरीनुसार आपण संदर्भ घेऊ. पतंजलींच्या योगसूत्रानंतरचे हे काही ग्रंथ म्हणजे शिवसंहिता आणि दुसरा म्हणजे योगयाज्ञवल्क्य. आपल्या संदर्भग्रंथांमध्ये महत्त्वाची अशी पहिली उपनिषदं व त्यानंतरचं योग उपनिषद यांचाही उपयोग करण्यात येईल.

समाधिपाद

चित्तवृत्तिनिरोधः हे पतंजलींचं एक उत्तम सूत्र आहे. ते द्वितीय क्रमांकाचं सूत्र आपण विचारात घेऊ. याचा शब्दशः अनुवाद केला तर तो असा होतो, की, 'मनःस्थितीत होत जाणाऱ्या बदलांवर निर्बंध घालणं.' वेगवेगळ्या भाषांतरकारांनी या बदलांना 'चढ-उतार किंवा विकृतीकरण' वगैरे म्हटलं आहे. जास्तकरून 'निरोधः' याचा अर्थ जो निर्बंध असा आहे, तो विचारात घेण्यापूर्वी 'चित्त'चा अर्थ समजून घेणं गरजेचं आहे.

कित्येक अनुवादांमध्ये 'मनोव्यापार' या शब्दाचा वापर केला गेलेला आहे; पण माझं म्हणणं असं आहे की, पतंजलींना जर हा अर्थ अभिप्रेत असता, तर त्यांनी 'मनोवृत्ती' हा शब्द वापरला असता. यामुळेच चित्तासाठी मी जास्त वास्तविक शब्द वापरतो तो म्हणजे मेंदू. दुसऱ्या शब्दात म्हटलं, तर वृत्ती म्हणजे क्रियाकलाप, क्रियाशीलता, बदल किंवा चढ-उतार.

मेंदू हा काही स्थिर नसतो. तो त्याच्या गाभ्यात अत्यंत गतिमान अवस्थेत असतो; पण त्याचं कार्य हे वस्तुनिष्ठ संवेदी जगाकडून मिळणाऱ्या आकर्षक व तिरस्करणीयही संदेशांनी इतकं व्यापलं जातं की, तो भरकटत जातो व त्याला त्याच्या गाभ्यापर्यंत पोहोचायला सवडच मिळत नाही.

जेव्हा या मन विचलित करणाऱ्या गोष्टी व मनातील हे चढ-उतारच संपून जातात तेव्हा विचारांची सतत चालू असलेली चलबिचल हा घटकच शांत होत संपुष्टात येतो. पतंजली म्हणतात की, मेंदू हा त्याची ऊर्जा वाया घालवत नाही व त्याचा जो मूळ गहिरा गाभा आहे, त्यात तो शांतपणे स्थिरावतो. या स्थितीमध्ये त्या योगी माणसात एक प्रचंड ऊर्जा सामावली जाऊन त्याला परमानंद व पूर्णत्वाची अनुभूती होते. अशा शांत व स्थिरावलेल्या मेंदूला, त्या सर्वोच्च बुद्धिमत्तेकडून सामर्थ्य प्राप्त

होतं व त्या परम जाणिवेपर्यंत पोहोचण्याची क्षमता त्याच्यात निर्माण होते.

मेंदूच्या बाह्य व अंतर्गत क्रियाकलापांना आळा बसताच एका सामूहिक प्रज्ञेचं ज्ञान प्राप्त होतं. निरुपयोगी माहितीपासून सुटका होत मेंदू हा अंतर्गामी होतो व तो त्याची खरी क्षमता ओळखतो. एकदा का या पूर्वीच्या राडारोड्यातून मेंदूची सुटका झाली की, तो सर्जनशील होत सूक्ष्मपणे विचार करू लागतो.

योगशास्त्रानुसार आपल्या जाणिवेच्या गाभ्यात ही सर्व माहिती व हे सर्व ज्ञान अस्तित्वात असतंच, 'मुळातच असतं.' हे ज्ञान काही बाहेरून मिळत नसतं; पण जेव्हा आपल्यावरील पूर्वसंस्कार नाहीसे होत जातात, तेव्हा ते ज्ञान आपोआपच उघड होतं. या अमर्याद व सर्वव्यापी अशा सामर्थ्याचं कुलूप उघडण्याच्या किल्लीचं नाव म्हणजेच योग.

तदा द्रष्टुः स्वरूपेऽवस्थानम् या श्लोकामध्ये सिद्ध पुरुषाच्या अवस्थेचं योग्य प्रकारे वर्णन करण्यात आलेलं आहे. 'मग आहे त्या मूळ स्थितीत टिकून राहणं हे त्या द्रष्ट्यावरील बंधन असतं.' सोप्या भाषेत सांगायचं, तर असं म्हणता येईल की, योगाभ्यासामुळे जेव्हा मनाची चलबिचल व मनातील चढ-उतारच संपून जातात, तेव्हा त्या व्यक्तीला हे समजून येतं की, शुद्ध अशा आत्मानंदी स्थिरावलेला असा तो एक द्रष्टा असून, तो या जीवनरूपी नाटकातील एक 'दृश्य' नाही.

त्या योगी पुरुषाच्या हे ध्यानात येतं की, त्याला केवळ जाणीवच झालेली नसून, तो स्वतःच ती जाणीव बनला आहे. या स्थितीत ती किंवा तो मेंदूच्या मर्यादित विचारसरणीमध्ये अडकून पडत नाही. कारण त्या सीमा त्याने किंवा तिने कधीच ओलांडलेल्या असतात. तो योगी हा स्वतःच देवस्वरूपी झालेला असतो व त्याला आता कुठल्या दैवत्वाच्या किंवा कुठल्या दैवतांच्या कुबड्यांची गरज उरलेली नसते.

चौथ्या प्रकरणाच्या दुसऱ्या भागाकडे वळण्यापूर्वी मी एक महत्त्वाची गोष्ट स्पष्ट करतो. व्युत्पत्तिशास्त्रानुसार योग या संस्कृत शब्दाचं मूळ हे 'युज्-अ' असं आहे. याचा अर्थ लक्ष केंद्रित करणं हा होतो व 'युज्-इ' म्हणजे जुळणी. इतर अनेक पुस्तकांमध्ये योगाला 'योक' या इंग्लिश शब्दाचा समानार्थी शब्द समजण्यात आलं आहे. (योक म्हणजे 'जू' किंवा 'जोखड'.) हा अर्थ चुकीचा आहे. खरं बघितलं तर योगाचं मूळ ध्येयच हे आहे की, सर्व जोखडं उधळून लावणं, ज्यायोगे मेंदू हा त्याच्या शुद्ध जागृतीच्या गाभ्यापर्यंत पोहोचू शकेल.

आणखी एक चुकीची धारणा ही आहे की, योग म्हणजे आत्मस्वत्व (जीवात्मा) आणि त्या वैश्विक स्वत्वाचं (परमात्म्याचं) मीलन. योग किंवा सांख्यामध्ये

जीवात्मा व परमात्मा आणि त्यांचं मीलन असा कुठेही उल्लेख नाही.

परिणामस्वरूपी, योगशास्त्रामधूनच भरपूर प्रमाणात उसन्या घेतलेल्या आणि इतर तात्त्विक व धार्मिक पंथांची योगशास्त्राशीच सांगड घालण्याच्या गोंधळामधूनच अशा प्रकारच्या सोप्या व्याख्येची निर्मिती झालेली आहे. माणूस व परमेश्वर यांचं हे गूढ मीलन वगैरे अशा प्रकारची कोणतीच गोष्ट योगशास्त्रामध्ये नाही. याउलट मेंदूला शांत करत व त्याच्या जाणिवेच्या गाभ्यापर्यंत पोहोचत स्वतःला समजून घेण्यासाठी योगशास्त्र हे माणसाला प्रोत्साहित करतं. हे ज्ञान एकदा का झालं की, त्या माणसाला कळून चुकतं की, तो स्वतःच तो पुरुष आहे, तो परमानंद स्वरूपातील द्रष्टा आहे, ज्याला दृश्य व अदृश्य अशा सर्व गोष्टी दिसू लागतात.

गीतेत म्हटल्यानुसार, इतरांहून वेगळी अशी स्व-अहंपणाची भ्रामक समजूत संपून जाते व सर्व दुःख-यातनांपासून त्याची सुटका होऊन तो स्वतः तो वैश्विक पुरुष म्हणून टिकून राहतो. अहंकारातून निर्माण होणाऱ्या या सर्व मानसिक संघर्षाचं मूळच उखडून टाकलं जाऊन तो योगी मुक्त होतो.

•••

योगाभ्यासाचा सराव
भाग २

सूत्र ४

वृत्ति सारूप्यम् इतरत्र ॥

इतर वेळी (शांत, स्थिर नसल्यामुळे मूळच्या द्रष्ट्या अवस्थेत नसलेला.) मेंदूत हा चढ-उतार, मानसिक द्वंद्वं व मनःस्ताप आकारू लागतो.

सूत्र ५

वृत्तयः पञ्चतय्यः क्लिष्टाः अक्लिष्टाः ॥

मनात पाच प्रकारच्या दोलायमान स्थिती असतात. काही वेदनादायक व क्लेशकारक असतात, तर काही आनंददायकही असतात; पण काहीही असो, सरतेशेवटी ती आंदोलनेच असतात.

पतंजली पाच प्रकारची आंदोलने

१. सबळ माहिती (प्रमाण)
२. गैरसमज किंवा भास (विपर्यास)
३. केवळ शाब्दिक खेळांचा भ्रम (विकल्प)
४. झोप (निद्रा)
५. आठवण (स्मृती)

एकंदरीत बघता हे दिसतं की, बाह्य स्वरूपातील व अंतर्गत स्वरूपातील क्रियाकलाप हे मेंदूला व्यग्र ठेवतात व तो कायम गतिमान स्थितीत राहतो. पाहणं, ऐकणं, चव घेणं, वास घेणं व स्पर्श या ज्ञानेंद्रियांच्या पाच संदेशांमधून जमवलेल्या आकलनांवर प्रक्रिया करून जे ज्ञान होतं ते म्हणजे सबळ माहिती.

दुर्दैवाने हे आकलन करून देणाऱ्या या इंद्रियांचा पल्ला हा मर्यादित स्वरूपातील असतो व ती बऱ्याचदा चुकीचे संदेश देतात. याचं एक उदाहरण म्हणजे दृष्टिभ्रम. या संदेशांमार्फत मिळालेली ही तथाकथित सबळ माहिती विश्वासार्ह नसली, तरी मेंदू त्या माहितीच्या दर्शनी मूल्यावर विसंबून तिचा स्वीकार करतो. याचा परिणाम असा होतो की, या आनंददायी किंवा दुःखदायक माहितीपोटी मनात आंदोलनं निर्माण होऊन मेंदू कधी शांत, स्थिर अवस्थेत राहूच शकत नाही.

आकलन करून देणाऱ्या या ज्ञानेंद्रियांच्या मर्यादित सीमेमुळे गैरसमज निर्माण होतो. या गैरसमजामुळे झालेला भ्रम हे सत्य वाटू लागतं आणि वास्तविक सत्य हे भ्रम वाटू लागतं. यालाच दुसऱ्या क्रमांकावर असलेला विपर्यास असं म्हटलं जातं. बौद्ध लोकांनी व वेदान्तीनीही दिलेलं विपर्यासाचं उत्तम उदाहरण म्हणजे अंधारात दिसलेल्या दोरखंडाला साप समजून घाबरून जाणं.

शाब्दिक खेळांचा भ्रम हा आपल्या भावनांची अतिशयोक्ती केल्यामुळे निर्माण होतो. शाब्दिक खेळांच्या भ्रमाचं उत्तम उदाहरण म्हणजे अद्भुतरम्य व भक्तिरसपूर्ण पद्यसाहित्यातील भावनांचं अतिशयोक्तिपूर्णपणे केलेलं वर्णन. अगदी धंदेवाईक चित्रपटही याच वर्गात मोडतात. चित्रपटातील संवाद, गाणी, संगीत व विशेष तंत्रज्ञान वापरून निर्माण केले गेलेले परिणाम यामुळे प्रेक्षक या नाट्याचं वास्तव जीवनात अनुकरण करू पाहतात आणि एका भ्रामक जगतात रममाण होतात.

झोप किंवा निद्रा ही आळशीपणाचाच एक प्रकार असलेल्या आंदोलनाचा भाग आहे. आपल्याला रोज ताजंतवानं करण्यासाठी झोपेची गरज असली, तरी योगी पुरुष हा जास्त झोपेच्या गरजेच्याही पलीकडे जातो. कारण तमोगुणांपासून मुक्त झालेला त्याचा मेंदू जागृत शांतीमध्येच स्थिरावलेला असतो. हे स्थैर्य आणि झोपेत असणाऱ्या या जागृत शांतीची अनुपस्थिती यात खूप फरक असतो.

आठवण किंवा स्मृती हेही या मानसिक आंदोलनांच्या मागचं कारण आहे. कटू आठवणी विसरण्यासाठी व चांगल्या आठवणींना कवटाळून बसण्यासाठी मनात एक कायमचा झगडा चालू असतो. हे करताना आपण हे विसरतो की, या दोन्ही गोष्टी केवळ आठवणीत व मेंदूत केल्या गेलेल्या केवळ नोंदीच असून, प्रत्यक्षात

त्या आता आणि इथे नाहीत. योगी पुरुष या आठवणींना केवळ आठवणीच समजून त्या टाळणं किंवा त्या धरून बसणं याच्याही पलीकडे गेलेला असतो.

अकराव्या सूत्राच्या आधीची बरीचशी सूत्रं ही, ही आंदोलनं समजावून सांगणं किंवा त्यांचं विस्तृतीकरण करणं, अशी आहेत.

सूत्र १२

अभ्यास - वैराग्याभ्याम् - तत् - निरोधः

सराव आणि औदासीन्य किंवा उदासीनतेमधूनच संयम पाळला जाऊ लागतो.

साध्या शब्दांत सांगायचं, तर उदासीनता म्हणजेच तीव्र भावनांच्या आहारी न जाणं. सुरुवातीला ज्या गोष्टी आनंददायी वाटत असतील, तरी दूरवरचा विचार करता त्या गोष्टींमुळे दुःख-पीडाच सोसाव्या लागणार आहेत, हे समजून जो त्या करत नाही त्या व्यक्तीला उदासीन असं म्हटलं जातं. जेव्हा एखादा जण उदासीनतेला घट्ट धरून राहतो, तेव्हा त्याचा मेंदू काहीतरी बनण्याच्या मागे न धावता प्रत्यक्ष ते स्वतः बनून जातो. ही क्रिया जेव्हा अखंडपणे चालू राहते, तेव्हाच पुरुष म्हणजे खरं स्वत्व साकारू लागतं. योगाभ्यासाचा सराव करणाऱ्यांचं सौम्य, मध्यम व तीव्र असं वर्गीकरण करण्यात आलेलं आहे.

सूत्र २०

श्रद्धावीर्यस्मृतिसमाधिप्रज्ञापूर्वक इतरेषाम्

सराव, ऊर्जा आणि जागरूकता या गोष्टींवर ज्यांची श्रद्धा आहे त्या व्यक्तींची, ज्ञानप्राप्तीचा कळस म्हटल्या जाणाऱ्या सर्वोच्च जाणिवेकडे वाटचाल सुरू होते.

सूत्र २३

ईश्वर – प्रणिधानात् वा

ईश्वराप्रति केवळ समर्पित भावना ठेवली तरीदेखील हे घडून येतं. (या सूत्रातील वा या अक्षराची नोंद करा. त्याचा अर्थ 'तरीदेखील' असा होतो.)

सूत्र २४

क्लेशकर्मविपाकाशयैरपरामृष्टः पुरुषविशेष ईश्वरः

कोणतीही प्रेमभावना, क्रियाकलाप, फलदायित्व किंवा त्याचे अवशेष यांचा ज्याला जरासाही स्पर्श झालेला नाही, असा तो विशेष पुरुष समजला जातो.

सूत्र २५

तत्र निरतिशयं सर्वज्ञबीजम्॥

तेथील सर्वज्ञतेचं बीज हे अतुलनीय असं ठरतं.

आपण पहिल्या प्रकरणातच, पतंजलींच्या मते असलेल्या ईश्वर या संकल्पनेवर विस्ताराने चर्चा केली असल्यानं आता आणखी तपशीलात खोलवर जाण्याची गरज नाही. तरीसुद्धा काही मुद्द्यांची नोंद करणं आवश्यक आहे.

१. समाधी साधण्यासाठी त्या ईश्वराप्रति समर्पित भावना ठेवणं हा केवळ इतर काही मानसशास्त्रीय कार्यपद्धतींपैकी एक मार्ग आहे. पुन्हा एकदा सांगतो की 'वा' या अक्षराची नोंद ठेवा.

२. अनेक पुराणांमध्ये उल्लेख केल्या गेलेल्या सेमिटिक (हिब्रू, अरेबिक, फोईनेशियन वगैरे भाषा असलेल्या प्रदेशातील दैवतांसारखी) देवीदैवतांमधील व इथे उल्लेख करण्यात आलेल्या ईश्वरामधील फरक दाखवून देताना पतंजली मोठ्या तत्परतेने म्हणतात की, या ईश्वराला प्रेमभावना, क्रियाकलाप, फलदायित्व व त्यांचे अवशेष हे जराही स्पर्श करत नाहीत. याउलट तो अशा सर्वज्ञानाच्या बीजातच धन्यता पावतो.

३. यामुळेच पूर्वी सांगितल्याप्रमाणे, नास्तिकतावादी तत्त्वज्ञानाच्या सांख्ययोगातील आदिम पुरुष व ईश्वर ही संकल्पना एकच होते. सरतेशेवटी त्या योगी माणसाला खऱ्या अर्थी हे उमगतं की, तो स्वतः तो पुरुष किंवा ईश्वर आहे.

४. पतंजलींनी प्रत्येकाच्या वैयक्तिक प्रयत्नांवर भर दिलेला असला, तरी मी असं सुचवतो की त्या उन्नत योगी माणसात जर त्या सर्वोच्च पुरुषाप्रत भक्ती व समर्पित भावना असेल तर आणखी मदत होते.

सूत्र २६

स एष पूर्वेषाम् अपि गुरुः कालेनानवच्छेदात्तो॥

कालातीत असल्याने त्याच्या समोरच्या प्रत्येकाचा तो गुरूच ठरतो. याचा अर्थ हा आहे की, पूर्वीपासूनच्या योगी जनांनी त्या कालातीत अशा ईश्वराला किंवा पुरुषाला गुरू मानलेलं आहे.

सूत्र २७

तस्य वाचकः प्रणवः

या उदात्त अशा ईश्वराचे विस्तारित मूर्त स्वरूप म्हणजेच प्रणव (ॐ)

सूत्र २८

तत् जप तदर्थ भावनम्

यामुळेच या प्रणवाचा जप करत त्याचा उद्देश समजून घ्यावा.

सूत्र २९

ततः प्रत्यक्-चेतना अधिगमः अपि अन्तराय अभावः च

ही अंतःस्थ जाणीव साधून काहीही अडथळेही येत नाहीत.

ॐचा अर्थ व त्याचा जप करण्याची पद्धत सांगण्यासाठी खूप तपशीलात जावं लागेल. त्यामुळे याविषयी पुढील प्रकरणात सांगितलं आहे.

•••

उपनिषदांमधील ॐ

चौथ्या प्रकरणाच्या दुसऱ्या भागाच्या शेवटी उल्लेख करण्यात आलेल्या २७, २८ व २९ या सूत्रांमध्ये ॐचा व त्याच्या जपाच्या परिणामांविषयीचा उल्लेख करण्यात आला आहे. पतंजलींनी हे निष्कर्ष काढण्यासाठी उपनिषदांसारख्या अतिप्राचीन संदर्भांचा वापर केलेला आहे.

ज्यामध्ये ॐ किंवा प्रणव हा विषय हाताळण्यात आला आहे, त्यात कठोपनिषद, मुंडक व मांडूक्य ही तीन उपनिषदं महत्त्वपूर्ण ठरतात. अथर्ववेदातील मांडूक्य हे उपनिषद म्हणजे या ॐचं स्पष्टीकरण असून, त्या ॐचं उच्चारण अ, ऊ आणि म असं आहे.

मांडूक्य उपनिषदाचं वैशिष्ट्य हे आहे की, त्यावर शंकराचार्यांचे गुरू गौडपाद यांनी भाष्य केलेलं आहे. त्याचबरोबर हेही तितकंच महत्त्वाचं आहे की, अद्वैत विचारप्रणालीच्या अद्वैत वेदान्ताचं ते एक शास्त्रशुद्ध स्पष्टीकरण समजलं जातं. गौडपादांचं कारिका हे बौद्ध मंडळींच्या नास्तिकतावादातील शून्यवादाच्या इतकं जवळ आहे की, काहींचा तर्क असा आहे की गौडपाद हे बौद्ध होते.

आदरणीय शंकराचार्यांनी उपनिषदं आणि गौडपादनिर्मित 'कारिका' अशा दोन्हींवर भाष्य केलं आहे. आश्चर्याची गोष्ट ही की, प्राचीन वाराणसी नगराच्या सनातन्यांनी प्रच्छन्न बौद्धिक (बदललेल्या वेशातील बौद्ध) असं त्यांचं नामकरणही केलं होतं.

मांडूक्य उपनिषदामध्ये केवळ बाराच श्लोक असल्यामुळे निर्विवादपणे ते इतर सर्व उपनिषदांमधील सर्वांत छोटं उपनिषद आहे. महत्त्वाचा मुद्दा हा की, त्यात 'ईश्वर' या शब्दाचा कुठेही उल्लेख नाही.

आणखी एक महत्त्वाची गोष्ट ही की, सर्व माणसांमध्ये सामाईक असलेल्या जाणिवांच्या निरनिराळ्या स्थितींचं प्रतिनिधित्व पावित्र्यपूर्ण अशा ॐ मधील अ, ऊ आणि म या तीन अक्षरांनी कसं केलं आहे हे त्यात सांगितलं आहे.

श्लोक १

ॐ इति एतद् अक्षरम् इदम् सर्वम्
तस्योपव्याख्यानम् भूतम् भवद्
भविष्यदिति सर्वम् ॐकार एव
यच्चान्यत् त्रिकालातीतं तदपि ॐकार एव

ॐ हे चिन्ह म्हणजेच सर्व काही आहे. याचं स्पष्टीकरण यानुसार : भूतकाळ, वर्तमानकाळ व भविष्यकाळ हे सर्व म्हणजे ॐ हेच अक्षर आहे आणि या तीनपदरी काळाच्याही पलीकडे जे आहे तेही ॐ हेच अक्षर आहे.

अंतिम सत्याचं चिन्ह असलेलं ॐ हे अक्षर हे प्रकट रूपातील विश्व, भूत, वर्तमान, भविष्य व अमूर्त परिपूर्णतेचं प्रतीक आहे.

श्लोक २

सर्वम् ही एतद् ब्रह्म, अयम् आत्मा
ब्रह्म सोऽयम् आत्मा चतुष्पात

हे सर्व एक प्रकारे ब्रह्मच आहे. माझं अंतर्भूत स्वत्व हे ब्रह्मन् असून, या स्वत्वाचे चार विभाग आहेत.

पतंजलींच्या म्हणण्यानुसार सर्व पूर्वसंस्कार व चित्त विचलित करणाऱ्या सर्व गोष्टींमुळे अंधूक न झालेलं खरं स्वत्व म्हणजेच पुरुष होय. केवळ वापरलेल्या शब्दाचाच काय तो फरक आहे.

श्लोक ३

जागरितस्थानो बहिः प्रज्ञः सप्ताङ्ग एकोनविंशतिमुखः स्थूलभुग्वैश्वानरः प्रथमः पादः॥

ज्याची व्याप्ती जागृतावस्था आहे, ज्याला बाह्य गोष्टींचं आकलन होतं, ज्याचे सात अवयव आहेत, ज्याला १९ तोंडं आहेत व जो या जड आणि भौतिक

गोष्टींचा उपभोग घेत असतो तो म्हणजे पहिल्या एक चतुर्थांश भागातील वैश्वानर होय.

ही १९ तोंडं म्हणजे पाच ज्ञानेंद्रियं (दृष्टी, श्रवण, स्पर्श, चव आणि वास), कृती करण्याचे पाच अवयव (वाचा, अवयवांचा वापर, हालचाल, पुनरुत्पादन व मलोत्सर्जन), पाच महत्त्वपूर्ण असे श्वास (प्राण, मन, बुद्धी, अहंकार आणि चित्त). विचारांच्या या पूर्ण व्याप्तीमध्येच सर्व काही सामावलेलं असतं.

ॐ मधील 'अ' हे अक्षर या जागृतावस्थेचं प्रतिनिधित्व करतं व ही सर्वसामान्य स्थिती सर्व माणसांच्या अनुभवास येत असते.

श्लोक ४

स्वप्नस्थानोऽन्तःप्रज्ञः सप्ताङ्ग एकोनविंशतिमुखः प्रविविक्तभुक् तैजसो द्वितीयः पादः ॥

एक-चतुर्थांश भाग म्हणजे तेजस. ॐमधील ऊ हे अक्षर याचं प्रतीक असून, याची क्रियाशील व्याप्ती म्हणजे स्वप्नावस्था असते. या अवस्थेत मनाच्या अंतरंगांचं आकलन होऊन या सूक्ष्म गोष्टींचा उपभोग घेतला जातो.

ही स्वप्नावस्था सामान्यपणे सर्वच जीवित लोक अनुभवतात. डोळे मिटलेल्या स्थितीतच, सुप्त मनातून निर्माण झालेल्या या काल्पनिक जगाचा आपण अनुभव घेत असतो. हे जग काल्पनिक असलं, तरी ते इतकं खरं वाटतं की, स्वप्न पडत असताना हे स्वप्न आहे यावर कोणाचाच विश्वास बसत नाही. जेव्हा आपण जागं होतो, तेव्हा म्हणतो, 'ओह्! काय हे स्वप्न पडलं होतं!'

काही ज्ञानी मंडळी म्हणतात की, जागं असताना किंवा गाढ निद्रावस्थेत नसतानाही हे जीवन म्हणजे एक लांबवर ताणलेलं स्वप्नच आहे. ज्याच्या मनाच्या कक्षा मर्यादित स्वरुपाच्या असतील, त्या माणसाला हे पटणार नाही; पण मनाचा आवाका जेव्हा वाढतो, जेव्हा सर्व आंदोलने आणि पूर्वसंस्कारांचा निचरा होत एखाद्याच्या स्वत्वात जागृतीची परिपूर्णता अनुभवास येते, तेव्हा त्याला हे जीवन एक स्वप्नच आहे हे पटतं.

ज्ञानी माणूस या वास्तवाला मान्य करत म्हणतो, 'ओह्! काय हो हे स्वप्न!' ते आनंददायी असो वा भयानक असो.

श्लोक ६

एष सर्वेश्वरः एष सर्वज्ञ एषोऽन्तर्याम्येष योनिः सर्वस्य प्रभवाप्ययौ हि भूतानाम् ॥

एखादा जेव्हा झोपलेला असतो व कुठल्याच इच्छेची आकांक्षा उरली नसल्यामुळे त्याला स्वप्नंही पडत नाहीत अशी शांत झोप लागते ती गाढ झोप असते. हा तिसरा एक चतुर्थांश भाग म्हणजे प्रग्न असून, त्याची व्याप्ती गाढ निद्रा असते. त्या एकात्मतेचं आकलन होऊन त्याला साक्षात्कारी परमानंदाची अनुभूती मिळते.

या गाढ निद्रेमध्ये बाह्य जगताचं वैविध्यपूर्ण आकलन आणि पडणारी स्वप्नंही जेव्हा बंद होतात, तेव्हा तो स्व या एकात्म भावनेत परततो. या स्थितीत तो परमानंद अनुभवतो व हा परमानंद ज्ञानेंद्रियांवर अवलंबून असणाऱ्या उपभोगांमधून आलेला नसतो. तो स्वतःच्याच अंगभूत परमानंदी, एकांती व स्वतंत्र अशा स्थितीत तल्लीन होऊन जातो.

श्लोक ६

नान्तःप्रज्ञं न बहिष्प्रज्ञं नोभयतःप्रज्ञं न प्रज्ञानघनं न प्रज्ञं नाप्रज्ञम्।
अदृष्टमव्यवहार्यमग्राह्यमलक्षणमचिन्त्यमव्यपदेश्यमेकात्मप्रत्ययसारं प्रपञ्चोपशमं शान्तं शिवमद्वैतं चतुर्थं मन्यन्ते स आत्मा स विज्ञेयः ॥

हा सर्वांचा स्वामी असतो, हा सर्वज्ञानी असतो, हा अंतर्गत नियंत्रक असतो, सर्व काहीचा मूळ स्रोत म्हणजे हाच असतो आणि हाच सर्वांचा आरंभ व शेवट असतो.

गौडपाद त्यांच्या 'कारिका'मध्ये म्हणतात, '*एक एव त्रिध स्मर्थ.*' हाच तो एकमेव आहे जो या तीन स्थितींमधून समजून येतो.

मग आता हे प्रश्न पडतात की –

१. स्वत्व हे गाढ निद्रेत असताना परमानंदी स्थितीत असतं, तर मग आपल्याला या परमानंदाची जाणीव होत नसते का? कारण तेव्हा तर आपण बेशुद्धावस्थेसारख्या स्थितीत असतो.

२. दुसरं हे की, हाच काय तो शेवट आहे का? मग त्या बाबतीत म्हणायचं, तर मग तो उरलेला एक-चतुर्थांश भाग कोणता?

या प्रश्नांची उत्तरं देण्याचा प्रयत्न करण्याआधी आपण पुढील श्लोकाकडे वळू या.

श्लोक ७

सोऽयमात्माध्यक्षरमोङ्कारोऽधिमात्रं पादा
मात्रा मात्राश्च पादा अकार उकारो मकार इति ॥

अंतर्गत गोष्टी असोत किंवा बाह्य गोष्टी असोत किंवा अनेक गोष्टींचं आकलन असो, या सगळ्यांचं आकलन तुरीयावस्थेत होत नसतं. कारण तुरीया हीच एक अनाकलनीय अशी अवस्था आहे. ती दृष्टीस पडत नाही, तिच्याविषयी काही बोलताही येत नाही, ती जाणवतही नाही, तिच्या विशिष्ट अशा काही खुणाही नाहीत, ती विचारातीत आहे, तिला काही नाव देता येत नाही, ती आत्मज्ञानाचं सारच आहे की, जिच्यात शब्दच विरून जातात, जी शांत, सौम्य आहे ती ही अवस्था म्हणजेच तो उरलेला एक चतुर्थांश भाग व तेच म्हणजे आत्मन् व तेच जाणून घ्यायला हवं.

बुद्धाने या अवस्थेला शून्यावस्था म्हणजे काहीही नसणं असं म्हटलं आहे व महान भाष्यकार गौडपाद यांना तर बौद्धच समजलं जात होतं.

आता आपण त्या दोन प्रश्नांकडे वळू –

१. गाढ झोपेत असताना स्वत्वाने अनुभवलेल्या त्या परमानंदी स्थितीत असल्याची एखाद्याला जाण होत नसेल; पण असा एखादा तरी नक्की कोणी असेल की, ज्याने हा परमानंद जागं होताना अनुभवला असेल. कारण या जाणिवेची आठवण मनात रेंगाळत राहतेच. जेव्हा आपण गाढ व स्वप्नविरहित झोपेतून जागं होतो, तेव्हा आपण हेच म्हणतो की, 'ओह्! काय छान झोप लागली होती!' त्या लागलेल्या छान झोपेचा आनंद जागं झाल्यावरही मनात रेंगाळत असतोच आणि मग असं होतं की, घड्याळाचा गजर खणखणत असला, तरी तो बंद करून आडवं होत तो आनंद परत मिळवण्यासाठी आपण पुन्हा झोपतो. आणि म्हणूनच सुषुप्ती किंवा गाढ निद्रावस्थेत एखादा जेव्हा परमानंदात तात्पुरता का होईना रमतो व ताजातवाना होऊन उजाडलेल्या दिवसाच्या कामाला तो लागतो, ही गोष्टच सर्वोच्च स्वत्वाच्या अस्तित्वाची नैसर्गिक निशाणी आहे.

हेच स्वत्व एखाद्याला इतर सर्व गोष्टी गाढ निद्रेत असताना स्वतः मात्र पूर्ण सावध राहून हा परमानंद अनुभवण्यास प्रवृत्त करते. जर आणि 'योगी जन' म्हणतातच की हे शक्य आहे, ही अवस्था आपण अनुभवू शकलो, तर ती परमानंदाची सर्वोच्च पातळी असेल व तिलाच तुरीयावस्था म्हटलं जातं. ही अवस्था म्हणजेच प्रणवाचा उरलेला एक चतुर्थांश भाग, ज्याला योगदर्शनात कैवल्य असं म्हणण्यात आलं आहे.

२. इंग्लिशमध्ये ॐ हे अक्षर लिहिताना 'ए', 'यू' आणि 'एम' ही केवळ तीनच अक्षरं आहेत हे खरं असलं, तरी देवनागरी लिपीत लिहिताना ते असं दिसतं – ॐ.

शेवटचा 'एम' हा ध्वनी तोडल्यासारखा एकाएकी न थांबता घंटेच्या किंवा टोलाच्या नादाप्रमाणे गुंजत राहत इतका बारीक होत जातो की, शेवटी तो कानाला ऐकू येईनासा होतो. याचं वर्णन अर्धमंत्र या शब्दाने करण्यात येतं. (पतंजलींच्या समाधिपादामधील २०व्या सूत्रात दिल्यानुसार, आपण ज्याचा पूर्वी उल्लेख केला होता, त्या ॐच्या जपाविषयीच्या व्यवहार्य पैलूंबद्दल आपण नंतर चर्चा करू.)

तुरीया म्हणजे ॐचा शेवटचा चौथा भाग हा आपल्या शरीरातील ज्ञानेंद्रियांच्या आकलनकक्षेच्या बाहेर आहे; पण मन जेव्हा वृत्ती, विचलित करणाऱ्या गोष्टी व उणिवांपासून मुक्त होतं, तेव्हाच त्याचं आकलन होतं. ज्याचं शब्दांत वर्णन करता येत नाही, त्याचं वर्णन करण्याचा प्रयत्न पुढील श्लोकात केलेला आहे.

श्लोक १२

अमात्रश्चतुर्थोऽव्यवहार्यः प्रपञ्चोपशमः शिवोऽद्वैत
एवमोङ्कार आत्मैव संविशत्यात्मनात्मानं
य एवं वेद य एवं वेद ॥

या चौथ्या भागाला कोणतंही मुळाक्षर नाही, त्याच्याविषयी काही बोलताही येत नाही, त्यात सर्व जग स्थिरावतं आणि ते सौम्य आल्हादकारक असं अद्वैत असतं. ॐ हा उच्चार हेच स्वत्व असून, हे ज्याला कळून चुकतं तो आत्मस्वरूपात प्रवेश करतो.

प्रमुख उपनिषदांपैकी कठोपनिषदामध्ये तरुण नचिकेत व मृत्युदेवता असलेल्या यमामधील संवादाविषयी सांगितलं आहे. नचिकेताने विचारलं, "मला हे सांगा की, जे योग्य-अयोग्याच्या, काय केलं गेलं आहे व काय केलं गेलेलं नाही याच्या आणि भूत-भविष्याच्या पलीकडे बघतं असं ते काय आहे?"

यम म्हणतो -

श्लोक १५ : भाग २

सर्वे वेदा यत्पदमामनन्ति तपांसि सर्वाणि च यद्वदन्ति।
यदिच्छन्तो ब्रह्मचर्यं चरन्ति तत्ते पदं संग्रहेण ब्रवीम्योमित्येतत् ॥

तुला मी थोडक्यात सांगतो. तो एक असा शब्द आहे आणि वेदांमध्ये हे अत्यंत साध्या शब्दात सांगितलं गेलेलं आहे की, त्याची इच्छा धरणारी माणसं, सत्याचा शोध घेणारे विद्यार्थी म्हणून त्यांचं सर्व जीवन जगत असतात तो शब्द म्हणजेच ॐ.

श्लोक १६

एतत् ही एवाक्षरम् ब्रह्म: एतत् ही एवाक्षरम् परम्:
एतत् ही एवाक्षरम् ज्ञात्वा: यो यत् इच्छति तस्य तत्:

हे चिन्ह म्हणजे एक शाश्वत किंवा चिरस्थायी आत्मा आहे. हे अक्षर म्हणजेच सर्वोच्च अखेर असून, याचं ज्ञान जर एखाद्याला झालं तर त्याच्या सर्व इच्छा पूर्ण होतात.

प्रश्नोपनिषदामध्ये सत्यकाम व पिप्पलाद ऋषींमधील संवादाच्या स्वरूपात ॐविषयी सांगण्यात आलं आहे.

श्लोक १

अथ हैनं शैब्य सत्यकाम पप्रच्छ।
स यो ह वै तत् वगवन्मनुष्येषु प्रायणान्तम् ॐकारम् अभिध्यायीत
कतमं वाव स तेन लोकं जयतीति

आदरणीय गुरुजी, जो माणूस त्याच्या जीवनाच्या अखेरपर्यंत ॐवर ध्यानधारणा करतो त्याला काय फलप्राप्ती होते?

गुरू पिप्पलाद यांनी हे उत्तर दिलं आहे –

श्लोक २

तस्मै स होवाच एतद् वै सत्यकाम
परं चापरं च ब्रह्म यत् ॐकारः।
तस्माद् विद्वानेतेनैवायतनेनैकतरमन्वेति ॥

ते म्हणाले, 'हे सत्यकाम, ॐ हा ध्वनी हे खरोखरच वरच्या आणि खालच्या पातळीचं ब्रह्मन् असून, शहाणा माणूस एकाप्रत किंवा दुसऱ्याप्रत पोहोचतो.

प्रणवाबद्दल पूर्वीच्या आणि अगदी अलीकडच्या ग्रंथांमध्ये अनेक संदर्भ मिळतात; पण या ठिकाणी जी उदाहरणं दिलेली आहेत, ती महत्त्वाची आहेत. कारण त्यामधून हे दिसतं की, ॐविषयीची शिकवण ही खूप प्राचीन असून, योगसूत्रकर्त्या पतंजलींनाही याची जाणीव आहे. त्यांची शिकवण मुख्यत्वेकरून सांख्ययोगातील असल्याने अगदी उघडपणे जरी ते ऋण मानत नसले, तरी जेव्हा जेव्हा जरूर भासेल, तेव्हा उपनिषद परंपरेवरील त्यांची श्रद्धा मान्य करण्यास ते तयार असतात. एक गुरू म्हणून ते सांख्य शिकवणीव्यतिरिक्त इतरही शिकवण्यांचा स्वीकार करण्यास तयार असतात जर त्या, योगाचं जे एकमेव उद्दिष्ट म्हणजे कैवल्य किंवा मुक्ती हे आहे, या बाबतीत योगदान करणाऱ्या असतील तर...

योगसूत्रातील समाधिपादाच्या २८व्या सूत्रावर थोडी चर्चा होणं आता आवश्यक आहे. या सूत्रात म्हटलं आहे की, 'पुनःपुन्हा करणं व त्यामागील उद्देश जाणून घेणं.' २९व्या सूत्रात म्हटल्याप्रमाणे सर्व अडथळे दूर करत समाधी अवस्थेत पोहोचण्यासाठी किंवा शुद्ध स्वरूपाची अंतःस्थ जाणीव होण्यासाठी ॐचा जप महत्त्वपूर्ण ठरतो. असं असेल, तर हा प्रश्न उपस्थित होतो की, हा जप कसा करावा व त्या विषयाची काही तंत्रं आहेत का? खरं सांगायचं, तर या व्यवहार्य तांत्रिक गोष्टींवर साधनापाद या प्रकरणात खूपशी चर्चा झालेली आहेच. तरीही सध्या आपल्यापुढे हाच विषय असल्याने प्रणव साधना किंवा ॐचा जप यावर थोडी चर्चा करणं फायदेशीर ठरेल. दीक्षा घेतलेला एक क्रियायोगी या नात्याने ॐच्या

जपाची जी काही तंत्रं मी शिकलो आहे, ती सांगतो. माझे गुरू नाथ परंपरेतील आहेत.

आरामशीर स्थितीत बसा, शक्य झालं तर मांडी घालून बसा किंवा पद्मासनात बसा. बसण्यासाठी एखादा रग किंवा गोधडी घ्या. तोंड कोणत्याही दिशेला करून डोळे मिटा. दीर्घ श्वास घेऊन ओठ हलकेच उघडून व तोंडावाटे उच्छ्वास सोडत 'अऊऊऊऊमममममम' असं उच्छ्वास संपेपर्यंत म्हणत राहा. मग पुन्हा ओठ मिटून नाकाने दीर्घ श्वास घ्या.

या क्रियेची पुनरावृत्ती पाच ते दहा मिनिटं करत राहा. त्यानंतर श्वासोच्छ्वासावरील हे नियंत्रण सोडून देऊन दोन-तीन मिनिटं ॐचा जप करत राहा. मग हा जप थांबवून डोळे मिटलेल्या या अवस्थेतील त्या शांततेचा आनंद घ्या. तुमच्यात असलेल्या त्या परमानंद स्वरूपाचं प्रतिनिधित्व ॐ करतो, ही उपनिषदातील शिकवण मनात आणा.

योगासनं करून झाल्यावर व शवासनाच्या आधी हा ॐचा जप करण्यात यावा. पुढे येणाऱ्या प्रकरणात या आसनांची छायाचित्रं देण्यात आली आहेत. जे लोक ही आसनं करत नाहीत, त्यांनी हा जप कधीही करावा; पण महत्त्वाची गोष्ट ही की, तो भरल्या पोटी करू नये. हलक्या आहारानंतर करायला हरकत नाही; पण याचे खरे लाभ मिळण्यासाठी हा जप पहाटे व तोही रिकाम्या पोटी करणं हे सर्वांत चांगलं.

'प्राणायामाची तंत्रं आणि ध्यानधारणा' या प्रकरणात ॐच्या जपाविषयीची आणखी काही तंत्रं विचारात घेतली जातील. ही तंत्रं किती उपयोगी ठरतात व आपल्या ध्येयाप्रत पोहोचण्याच्या वाटचालीत येणारे अडथळे कसे दूर केले जातात, हे आपण पुढील प्रकरणात बघू.

मला एका म्हणीचा वापर करायचा मोह होतो – 'पुडिंग असण्याचा पुरावा ते खाणं हा आहे.' आणि पतंजलींनीही हेच एका वेगळ्या प्रकारे सांगितलं आहे 'नैरंतरय अभ्यासेन.' –याचा परिणाम सततच्या सरावानेच दिसून येतो.

•••

समाधिपाद

अडथळे दूर करणे आणि सत्य शोधणे

समाधिपाद या चौथ्या प्रकरणाचा पुढील भाग म्हणून, नंतरच्या तिसाव्या सूत्राकडे वळू या. अंतःस्थ जाणिवेपर्यंत पोहोचण्यात कोणकोणते अडथळे बाधा आणतात ते या सूत्रात सांगितलं आहे. ॐच्या जपाचा सराव केल्याने हे अडथळे एकापाठोपाठ एक असे दूर होत जातात व मनाला शांती लाभते. परिणामस्वरूपी अंतःस्थ असलेला वैश्विक शक्तीचा स्त्रोत व अमर्याद अशी ऊर्जा प्रकट रूप धारण करते.

सूत्र ३०

व्याधि स्त्यान संशय प्रमाद आलस्य अविरति भ्रान्ति-दर्शन अलब्ध-भूमिकत्व अनवस्थितत्वानि चित्त विक्षेपाः ते अन्तरायाः॥

म्हणजे आजारपण, मंदपणा, शंकेखोरपणा, बेफिकिरी, आळशीपणा, काही व्यसने, गैरसमज, आध्यात्मिक पातळीवर न पोहोचणं आणि अस्थिरपणा हे अडथळे मन विचलित करतात.

सूत्र ३१

दुःख दौर्मनस्य अंगमेजयत्व श्वासप्रश्वासाः विक्षेप सहभुवः

याचा अर्थ या अडथळ्यांना असमाधान, नैराश्यग्रस्त शरीर व अनियमित श्वासोच्छ्वास यांचीही साथ मिळते.

विशेषकरून हे नमूद करायला हवं की, पतंजलींच्या म्हणण्यानुसार निराश व असमाधानी माणसाचा श्वासोच्छ्वास अनियमित असतो. या नैराश्यावर आणि

असमाधानावर मात करण्यासाठी उपयोगी ठरणारे उपाय पुढे एकामागोमाग एक सांगितले आहेत.

सूत्र ३२

तत् प्रतिषेधार्थ एकतत्व अभ्यासः॥

म्हणजे, या अडथळ्यांवर मात करण्यासाठी मनाची एकाग्रता महत्त्वाची ठरते.

सूत्र ३३

मैत्री करुणा मुदिता उपेक्षणाम् सुख दुःख पुण्य अपुण्य विषयाणाम् भावनातः चित्त-प्रसादनम्॥

म्हणजे, केवळ सुखात असतानाच नाही, तर दुःखात असतानाही मित्रत्व, करुणा, आनंद, समता आणि योग्यतेला मान्य किंवा अमान्य करणं या गोष्टी तुम्ही अंगवळणी पाडल्यात, तर मनःशुद्धी घडून येते.

पतंजलींच्या योगशास्त्रातील महत्त्वाचे सिद्धांत -

१. शरीर व मन हे एकमेकांवर प्रभाव पाडत असतं. पुढील प्रकरणामध्ये ज्यांचा उल्लेख केला आहे त्या योगासनांमुळे शरीर निरोगी होऊन त्याचा मनावरही प्रभाव पडतो. महत्त्वाची गोष्ट ही की, या आसनांमुळे, सेरोटोनिन, डोपामाइन हे स्राव उत्पन्न करणाऱ्या एंडोक्राइन ग्रंथी व चेतातंतू नियंत्रित होत जातात. त्याचा आपल्या मनःस्थितीवर मोठा प्रभाव पडून मनःस्वास्थ्य लाभतं.
२. चित्त विचलित करणाऱ्या व अशुद्ध गोष्टींपासून मुक्त झालेल्या मनाला, जिच्यात कोणताही बदल घडत नाही व जी पूर्व संस्कारांच्या पलीकडे आहे अशा परमानंदी अवस्थेचा म्हणजेच त्या पुरुषाचा अनुभव येतो.
३. मैत्री, करुणा व समता या गोष्टींची जाणीवपूर्वक वृद्धी केल्याने सर्व परिस्थितींमध्ये मन स्थिर राहतं. या गोष्टी म्हणजे काही केवळ नैतिक मूल्यंच नसून, व्यवहार्य कार्यपद्धतीही आहेत, ज्यायोगे मन शांत बनतं. यामुळे एखाद्याचं दैनंदिन आचरण स्वनियंत्रित होऊन अंतर्गत बदल घडवून आणण्यात ते स्वतःमध्ये परिवर्तन करतं. यालाच बाह्य व अंतर्गत स्वास्थ्य असं म्हणता

येईल. या दोन्ही गोष्टींचा परस्परसंबंध आहे या मतावर योगशास्त्र ठाम असून, परिणामकारक व्यावहारिक तंत्रांमुळे क्रमाक्रमाने हे परिवर्तन घडून येतं.

एक प्रत्यक्ष उदाहरणच देतो. आरशापुढे उभं राहून तुमच्या चेहऱ्यावरील भाव निरखा. चेहऱ्यावर मंदपणा, कमकुवतपणा, दुःख किंवा रागीटपणा यांपैकी कोणता भाव दिसतो? असो, कोणताही भाव असो, चेहरा मुद्दामच हसरा करा. एखादा गमतीदार विनोद आठवा किंवा कृत्रिमपणे का होईना, जोरजोरात हसा किंवा आणखी कुठल्यातरी गोष्टीवर हसा.

एखादे वेळेस चेहरा वेडावाकडा करत आपल्या विनोदी दिसणाऱ्या चेहऱ्यावरही हसा. जेव्हा तुम्ही खरंच आनंदात असता, तेव्हा चेहऱ्यावर स्मिताचा किंवा हास्याचा भाव आणण्यासाठी मेंदू चेहऱ्याच्या स्नायूंना उद्युक्त करतो. ही गोष्ट उलट प्रकारेही घडते. जेव्हा तुम्ही तुमचा चेहऱ्यावरील भाव जबरदस्तीनेही का होईना बदलता, तेव्हा मेंदूकडे संदेश जातो की, चेहऱ्याचे स्नायू हसऱ्या अवस्थेत आहेत व मेंदू त्या संदेशाची जुळणी मेंदूतील आनंद किंवा सौख्यकेंद्राशी करतो आणि मग काय!

आनंद उत्पन्न होऊन तो चेहऱ्याच्या स्नायूंपर्यंत पोहोचून तुम्ही खरं हसू लागता. अशा आणखीही काही पद्धती आहेत की, ज्या वापरून तुम्ही एखाद्या दुःखी-कष्टी व्यक्तीला त्या अवस्थेतून बाहेर खेचू शकता.

३१वे सूत्र बघा. त्यात निराश व असमाधानी माणसाचा श्वासोच्छ्वास अस्थिर असतो हे स्पष्ट केलं आहे.

सूत्र ३४

प्रच्छर्दनविधारणाभ्यां वा प्राणस्य॥

याचा अर्थ मनःशांती व मनाचा समतोल राखण्यासाठी श्वास सोडून तो रोखून धरणं हीपण एक पद्धत आहे.

योगाचे आठ भाग किंवा अंगं म्हणजे अष्टांग या प्रकरणामध्ये प्राणायाम किंवा श्वासाचा समन्वय या विषयावर सविस्तर चर्चा केली जाईल. 'हंस' नावाची एक सोपी पद्धत आहे, त्याविषयी चर्चा करू.

एका आरामशीर आसनात, पण ताठ बसा. श्वासोच्छ्वासाच्या तालावर जराही नियंत्रण ठेवण्याचा प्रयत्न न करता केवळ त्याच्याकडे लक्ष द्या. श्वास घेताना मनातल्या मनात 'हम्' म्हणा व श्वास सोडताना 'स' म्हणा. काही वेळानंतर तुम्हाला एक दीर्घ उसासा सोडावासा वाटेल. ध्यानावस्था गहिरी होत चालली आहे, मन हळूहळू पण स्थिरतेने, चित्त विचलित करणाऱ्या सर्व विचारांतून मुक्त होत शांत होऊन स्थिरावत आहे याचीच ही खूण आहे. ही पद्धत विपश्यना पद्धतीप्रमाणेच असून, फरक इतकाच आहे की तिच्यात हंस जप नसून, केवळ श्वासोच्छ्वासावर लक्ष ठेवण्यावर भर दिलेला आहे.

सूत्र ३५

विषयवती वा प्रवृत्तिरुत्पन्ना मनसः स्थितिनिबन्धिनी॥

म्हणजे मनरूपी अवयवाला स्थिर करून एखाद्या गोष्टीत पूर्णपणे गुंतलेल्या अवस्थेत राहणं.

दुसऱ्या शब्दांत सांगायचं झालं, तर एखाद्या क्रियाकलापात इतकं तल्लीन व्हायचं की, मन अविचलित स्थितीत पोहोचून परमानंदात बुडून जातं. उदाहरणार्थ, मग ही क्रिया विशेषकरून शास्त्रीय पद्धतीचं नृत्य, संगीत किंवा नाट्य यांपैकी असली तरी चालेल. खरं बघितलं तर भारतीय व पाश्चिमात्य संगीताची संरचना अशा प्रकारे केली गेलेली आहे की, मन हे तालबद्ध ध्वनी व त्याच्या आकारबंधात बुडून जातं. त्यातूनच एका आध्यात्मिक भावनेची जाणीव होते. महान संगीतकार, नर्तक, नट, चित्रकार आणि इतर सर्जनशील व्यक्ती ही गोष्ट शपथेवर सांगू शकतील.

सूत्र ३६

विशोका वा ज्योतिष्मती

म्हणजे, शुद्धस्वरूपी प्रकाशावर ध्यान करून दुःखनिवारण साध्य होऊ शकतं.

जेव्हा एखादा अंतःस्थ प्रकाशावर ध्यान करतो, तेव्हा त्याच्या मनाची अस्वस्थता नाहीशी होऊन त्याला मनःशांती प्राप्त होते. व्यावहारिकदृष्ट्या बघता एखाद्याने डोळे बंद करून दोन भुवयांच्या मध्यभागी म्हणजे आज्ञाचक्रावर बोटानं हळुवार टिचक्या मारल्या, तर हळूहळू निळा प्रकाश दिसू लागतो. या प्रकाशावर

ध्यानधारणा केल्यावर मन शांत होत जाऊन ते वाऱ्याच्या मंद झुळकेप्रमाणे परमानंदाच्या शांतिपूर्ण अवस्थेत स्थिरावतं. ध्यानधारणा कशी करावी हे शिकवणाऱ्या अनेक संस्था आहेत व तिथे केवळ हेच शिकवण्यात येतं.

सूत्र ३७

वीतराग विषयं वा चित्तम् ॥

म्हणजे, आसक्तीपासून मुक्त झालेली मनोवस्था.

जी गोष्ट शाश्वत किंवा कायम स्वरूपाची नाही हे समजून, त्या गोष्टीने झपाटून जाऊन तिचा दास होणं हे व्यर्थपणाचं आहे हे योगी माणसाला समजतं व तो ते दास्यत्व झुगारून देतो आणि त्याचं मन हलकं व मुक्त होतं. कर्मयोगात हेच सांगितलं आहे की, या जगात झपाटून न जाता काम करणं, प्रेम करणं किंवा कोणाची तरी सेवा करणं हे शक्य आहे. जेव्हा एखादा उन्नत होत जातो व या जीवनमार्गात अशा प्रकारे झपाटलेपणापासून त्याचं मन मुक्त करू शकतो, तेव्हा कोणतेही पूर्वग्रह न ठेवता एखाद्या गोष्टीवर स्पष्टपणे विचार करण्याचं सामर्थ्य त्याला प्राप्त होतं. झपाटणारे विचार व कृतींमध्ये खर्च न झाल्याने यापासून ऊर्जेत बचतही होते. यामुळे स्व-स्थित असलेल्या प्रचंड ऊर्जेच्या स्रोतापर्यंत पोहोचण्याचा मार्ग खुला होतो व तिचा स्वतःच्या उद्धारासाठी व जगाच्या कल्याणासाठी निःस्वार्थीपणे व करुणेच्या रूपात वापर करता येतो. साध्या शब्दांत सांगायचं, तर योगी माणूस हा झपाटणाऱ्या उत्कट इच्छा न धरता एक सुंदर व आनंदी जीवन जगू लागतो.

सूत्र ३८

स्वप्न निद्रा ज्ञान आलम्बन वा॥

याचा अर्थ, स्वप्न व गाढ झोपेच्या आकलनावर तो स्थिरावतो.

स्वप्नं पडत असताना ती बघणं हे जागं असतानाच एखादी गोष्ट प्रत्यक्ष बघण्यासारखं भासतं. योगी माणूस आनंदात राहून स्वप्नाचा आनंद घेण्यासही शिकतो व त्याबरोबर त्याला हेही माहिती असतं की, जागं झाल्यावर स्वप्नातील तो अनुभव गायब होणार आहे. त्याचबरोबर योगी माणूस गाढ झोपेत विश्रांती घेऊन पुन्हा ताजंतवानं होणं शिकतो. कारण तो आसक्ती व कुठल्याही उत्कट इच्छांमधून

मुक्त झालेला असतो. अशी ही गाढ झोप गुणकारी व परमानंदीही ठरते. कारण त्यातून शरीरातील सर्व पेशी व विशेषकरून मेंदूतील पेशी ताज्यातवान्या होतात.

सूत्र ३९

यथा अभिमत ध्यानात् वा

म्हणजे ध्यानधारणा करण्याच्या इच्छेमुळे.

ध्यानाचे वेगवेगळे प्रकार हाताशी असल्यामुळे, ध्यानात बुडून जाऊन अविचलित मनातील परमानंदाचा अनुभव घेत राहण्याची तो आस धरतो.

सूत्र ४०

परमाणु परम-महत्त्व-अन्तः अस्य वशीकारः॥

म्हणजे ध्यानधारणेत प्रावीण्य मिळवणं हे लहान गोष्टींपासून मोठ्या गोष्टींपर्यंत सर्वांना एकसारखं लागू होतं.

ध्यानात प्रावीण्य मिळवलेला माणूस मन एकाग्र करत त्याचं हे कौशल्य लहानसहान किंवा अगदी सामान्य गोष्टींपासून वैश्विक सत्यापर्यंतच्या गोष्टी समजून घेण्यासाठी वापरू शकतो.

सूत्र ४१

क्षीण वृत्तेः अभिजातस्य इव मणेः ग्रहीतृ ग्रहण ग्राह्येषु तत्स्थ तदञ्जनता समापत्तिः॥

याचा अर्थ अविचलित झालेलं व चढ-उतारविरहित झालेलं हे मन एखाद्या स्वच्छ व पारदर्शक रत्नासारखं असून, त्याच्या सान्निध्यात जी वस्तू असेल, तिचा रंग ते धारण करतं. यातूनच ते मन समजून घेण्याची गोष्ट व समजून घेण्याच्या क्रियेशी एकरूप होऊन जातं. ध्यान करणारा, ज्यावर ध्यान केलं जातंय ते आणि ध्यानधारणा एक होऊन त्यामधील अलगपणा संपून जातो.

मागील श्लोकांमध्ये वर्णन केलेल्या सरावातून परिणामस्वरूपी होणाऱ्या मनाच्या वेगवेगळ्या अवस्थांवर सूत्र ४२ ते ५१मध्ये चर्चा केलेली आहे. सगळ्याचा कळस गाठणाऱ्या मनोवस्थेला सूत्र ५१मध्ये निर्बीज समाधी किंवा बीजविरहित अवस्था असं म्हटलं असून, या अवस्थेत मन विचलित करणाऱ्या व विरोधाभास

निर्माण करणाऱ्या सर्व शक्तिशाली गोष्टी नष्ट होऊन जातात. जे काही शिल्लक राहतं ते म्हणजे पुरुष.

त्याचा उल्लेख ४७व्या सूत्रामध्ये अध्यात्मा असा केलेला आहे. तो एक अस्सल अस स्वत्व असून, तो एकमेव अस्तित्वाचा निर्विवादपणे सारांश आहे.

ज्या अवस्थेचा उल्लेख ४२व्या सूत्रामध्ये सवितारक असा केला आहे, त्या अवस्थेत मन निर्मळ व एकाग्र झालं असलं, तरी ते शब्द, संकल्पना, उद्दिष्टं, स्मृती आणि ज्ञान या क्षेत्रातच भिरभिरत राहतं. निर्वितारक ही मनोवस्थेची जी पुढची पायरी आहे, तिच्याविषयी ४३व्या सूत्रामध्ये सांगण्यात आलं आहे. या अवस्थेत पूर्वजन्मीच्या व या जीवनातील पूर्वी अनुभवलेल्या प्रसंगांच्या आठवणी विरून जाऊन मनाचं शुद्धीकरण होतं.

अंतःस्थ प्रतिमा व बाह्य जगतातील आकलन झालेल्या गोष्टी स्पष्टपणे दिसत असूनही, त्या गतजन्मांमध्ये जमा झालेल्या आठवणींच्या गुंत्यातून मुक्त झालेल्या असतात.

यामधूनच प्रथम सविकार व नंतर निर्विकार अवस्था प्राप्त होते. सबीज समाधी किंवा समाधीच्या आधीच्या एका सूक्ष्म अवस्थेचं वर्णन ४४व्या सूत्रामध्ये केलं गेलं असून, मन विचलित करणाऱ्या गोष्टी अगदी नगण्य रूपातही का होईना, पण अस्तित्वात असतात, पण त्या सक्रिय नसतात.

निर्विकार स्थितीत कायम राहून किंवा पूर्वीच्या आठवणी व अनुभवांवरून कोणत्याही प्रतिमा बनू न देता योगी माणूस अध्यात्माच्या सुस्पष्टतेत जाऊन पोहोचतो. त्यालाच ४७व्या सूत्रामध्ये खरं स्वत्व असं म्हटलं आहे. या अवस्थेत सातत्याने राहिल्याने खऱ्या ज्ञानाची पहाट उगवते. ४८व्या सूत्रामध्ये याविषयी असं म्हटलं आहे की, योगी हा एका रतम् प्रकारचं आयुष्य जगू लागतो. याचा अर्थ हा की, अंतःस्थ स्वमध्ये असलेलं सत्य किंवा प्रामाणिकता, सदाचरण व सुव्यवस्था यामुळे तो समाधानी असतो व त्याच बरोबरीने या जगतात तो एक अर्थपूर्ण जीवनही जगत राहतो. प्रस्थापित किंवा ऐकलेल्या किंवा इतर स्रोतांकडून मिळवलेल्या ज्ञानाहून ही अवस्था खूपच वेगळी असते, असं वर्णन ४९व्या सूत्रामध्ये केलं आहे. तो पूर्वसंस्कारविरहित स्व म्हणजे पुरुषात म्हणजेच अंतःस्थ जागरूकतेत स्थित असलेल्या या ज्ञानाकडे योगी माणूस पूर्ण सत्य म्हणून पाहतो.

या पूर्ण सत्यात गढून गेल्यामुळे (कितीही सूक्ष्म प्रमाणात शिल्लक असले, तरी

त्याला संस्कार किंवा पूर्वसंस्कार असंच म्हटलं जातं.) इतर मोठे संस्कार किंवा पूर्वसंस्कारांना दूर ठेण्यास मदत होते. जेव्हा ध्यान करणारा, ध्यानधारणा आणि पुरुष या तिघांमधील अलगपणाच संपून जातो, तेव्हा हे सूक्ष्म संस्कारही गळून पडतात व एकमेकात विरून जाऊन केवळ पुरुष हेच एकमेव अस्तित्व शिल्लक उरून, विभाजन संपून जाणं हाच या ध्यानामागील उद्देश आहे.

समाधिपाद या भागातील ५१व्या सूत्रामध्ये याला निर्बीज समाधी म्हणजे बीजविरहित समाधी असं म्हटलं आहे. या संदर्भात उपनिषदांमधील काही उतारे पाहणं योग्य ठरेल. यामध्ये समाधिपादामधील शेवटच्या काही सूत्रांकडे पतंजली कसं पाहतात, याविषयी चर्चा करण्यात आली आहे.

श्लोक ३ (मुंडक उपनिषद, भाग १)

शौनको ह वै महाशालोऽङ्गिरसं विधिवदुपसन्नः पप्रच्छ।
कस्मिन् नु भगवो विज्ञाते सर्वमिदं विज्ञातं भवतीति ॥

म्हणजे शौनक हा महान गृहस्थ अंगिरस मुनींकडे आला व त्याने विचारलं, 'आदरणीय गुरुजी, असं काय आहे की, जे समजल्यावर सर्व काही समजलं असं होतं?' अंगिरस म्हणाले :

श्लोक ४

तस्मै स होवाच द्वे विद्ये वेदितव्ये इति ह स्म
यद् ब्रह्मविदो वदन्ति परा चैवापरा च॥

याचा अर्थ, 'ज्यांना ब्रह्मन् म्हणजे काय हे समजलं आहे, ते असं म्हणतात की दोन ज्ञानांची माहिती होणं गरजेचं आहे व ती म्हणजे उच्च पातळीवरचं व त्याचबरोबर खालच्या पातळीवरचं ब्रह्मन् समजून येणं.'

श्लोक ५

तत्रापरा ऋग्वेदः यजुर्वेदः सामवेदः अथर्ववेदः
शिक्षा कल्पः व्याकरणं निरुक्तम् छन्दः ज्योतिषम् इतिः।
अथ परा यया तत् अक्षरम् अधिगम्यतेः ॥

म्हणजे यांपैकी 'ऋग्वेद', 'यजुर्वेद' व 'सामवेद' हे खालच्या पातळीवरील असून, त्यामध्ये भाषा उच्चारशास्त्र, कर्मकांडं, व्याकरण, व्युत्पत्तिशास्त्र व

परिणामवाचक मूल्यांचे उपाय या गोष्टींचा समावेश आहे. ते उच्च पातळीवरील आहे की, ज्याच्यात ते कधीही सडत वा कुजत नाही, ते कसं समजून घ्यायचं, याविषयी सांगितलं आहे.

याचा अर्थ असा नाही की, वेदांना तुम्ही बहिष्कृत करून टाका. अंगिरस मुनी म्हणतात की, वेदांमधील ज्ञान हे सर्वोच्च सत्याचा मार्ग दाखवत नसलं, तरी त्याला खालच्या पातळीवरील ज्ञान असंच म्हटलं जातं. उपनिषदं हा वेदांचाच एक भाग असून, वेदांचा बारकाईने अभ्यास केला तर हे समजून येतं की, केवळ सैद्धांतिक ज्ञान जमवून काही उपयोग नाही. उलटपक्षी हे गोळा केलेलं ज्ञानच सर्वोच्च सत्याचं आकलन होण्यात अडथळा ठरतं. ही गोष्ट ध्यानात आली नाही, तर वेदही खालच्या पातळीवरचं ज्ञान बनून जातात.

पतंजली म्हणतात की, सविकल्प समाधी अनुभवावर पडदा टाकणारं हे ज्ञान व स्मृती हेच अंतिम अडथळे ठरतात. सविकल्प समाधी अवस्थेत त्या परमानंदी एकांतात झळकणाऱ्या पुरुषाचा अनुभव येतो, यावर दुसऱ्या उपनिषदात चर्चा करण्यात आलेली आहे. योगसूत्रातील समाधिपाद या भागातील सरावाकडे वळण्यापूर्वी सद्य विषयावर आणखी लक्ष देणं उपयोगी ठरेल. ईशावास्योपनिषदातील नवव्या श्लोकात जे म्हटलं आहे, त्याने ज्ञानी लोकांनाही गोंधळात टाकलं आहे.

अन्धं तमः प्रविशन्ति येऽविद्यामुपासते।
ततो भूय इव ते तमो य उ विद्यायां रताः॥

याचा अर्थ हा की, जे लोक अज्ञानाचं पूजन करतात, ते अंधकारात प्रवेश करतात व ज्यांना ज्ञानप्राप्तीत आनंद असतो, ते आणखी घनघोर अंधारात प्रवेश करतात.

पहिला भाग : जी माणसं प्रकांड पंडित आहेत, ती 'अज्ञानाचं पूजन करणारे अंधकारात प्रवेश करतात या भागाचं सहर्ष स्वागत करतील;' पण दुसरा भाग : 'जी माणसं ज्ञानातच रमतात, ती आणखी घोर अंधकारात प्रवेश करतात,' हे वाक्य ज्ञान व पांडित्याच्या भक्तांना धक्कादायकच वाटेल. मुंडक उपनिषदानुसार ही माणसं खालच्या पातळीवरील ज्ञानाच्याच मागावर असतात. श्लोकाच्या पहिल्या

भागातून असाही अर्थ निघतो की, अज्ञानी माणसं आम्हाला अंतिम सत्याबद्दल सर्व काही समजलं आहे या भ्रमात असतात.

या उच्च व नीच ज्ञानपातळीविषयीच्या श्लोकात हे पूर्वी सांगितलं गेलं आहेच. इतर कारणांसह हीदेखील वस्तुस्थिती आहे की, या माणसांना केवळ पुस्तकी ज्ञान असतं व त्यायोगे ती अभिमानाने अगदी फुलून जातात. अंतिम सत्य समजून घेण्यासाठी हेच ज्ञान त्यांना अंध बनवतं.

योगदर्शनामध्ये ज्याला सत्य असं म्हटलं आहे, त्या समाधी अवस्थेत पुरुषस्थित होण्यापूर्वी, आपलं नाव होणं व आपण प्रसिद्धी पावणं ही जी एक अशुद्धता मनाला चिकटून बसली आहे ती काटेकोरपणे धुऊन काढणं महत्त्वाचं आहे. जे ज्ञानपूजक असतात, ते स्वतःभोवतीच आरत्या ओवाळत गर्वाने फुगून जातात. माझे गुरू श्री. महेश्वरनाथजी बाबाजी यांनी मला या श्लोकाचा दुसरा भाग समजावून सांगितला आहे.

बाबाजी : जेव्हा तुला एखादी गोष्ट समजून घ्यायची असते, तेव्हा तू काय करतोस?

शिष्य : मी त्या गोष्टीकडे बघतो, ती चाचपडून बघतो व तिच्याविषयी माहिती जमा करून म्हणतो की, 'या गोष्टीचं आता मला ज्ञान झालं आहे.'

बाबाजी : म्हणजे तू, तुला मिळालेली माहिती आठवणी स्वरूपात साठवून ठेवतोस व जेव्हा वेळ येईल तेव्हा ती आठवणीत साठवलेली माहिती बाहेर काढून समोर ठेवत तू म्हणतोस की, 'हो! हे मला माहीत आहे.'

शिष्य : अगदी बरोबर बाबाजी.

बाबाजी : म्हणजेच तू मिळवलेलं ज्ञान हे प्रत्यक्षात तुझ्या आठवणींच्या रूपात साठवून ठेवलेलं असं असतं.

शिष्य : हो.

बाबाजी : म्हणून, हे सर्व ज्ञान म्हणजे एक आठवणच ठरतं. आठवण ही भूतकालीन असते. 'आठवण' हा शब्द म्हणजे भूतकाळातील गोष्टी आठवणीत आणणं. म्हणूनच हे ज्ञान म्हणजे एक आठवण असेल, तर ही सर्व माहिती भूतकालीन बनते.

शिष्य : विचार करता हे बरोबर वाटतं.

बाबाजी : पण माझ्या लाडक्या मुला, सत्य हे कधीच भूतकालीन नसतं. ते कायम उपस्थित असतं, अगदी आता, इथं. ते असं काही नाही की, जे आठवणीत साठवलेलं आहे. ईशावास्योपनिषदात म्हटलं आहे की, 'ईशावास्यम् इदम् सर्वम्.' इदम् हा शब्द लक्षात घे. त्याचा अर्थ 'इथं, आता.' मुला, तू ज्ञानपूजक असशील, तर तू भूतकाळ अनुभवत घनघोर अंधारात शिरतो आहेस. सत्य हे आता इथे आहे. ते तुला दिसतंय का?

शिष्य : हो, मला स्पष्ट दिसतंय. मी तुमच्या पाया पडू का?

बाबाजी : हो, पड!

•••

साधनापाद

योगसूत्रातील हा व्यावहारिक किंवा प्रत्यक्ष कृतीचा भाग असून, यात शास्त्रीय अष्टांग योग म्हणजे आठ भागांचा किंवा अंगांचा योग हा विषय हाताळण्यात आलेला आहे. जणू काही क्रमाक्रमाने शिकवणारी ही एक मार्गदर्शिकाच आहे. काही असो, समाधिपाद हे मागील प्रकरण एकंदरीत बघता तात्त्विक आणि मानसशास्त्रीय प्रकारचं वाटलं, तरी ते कुठल्याही प्रकारे केवळ सैद्धांतिक स्वरूपाचं नाही. बारकाईने बघितलं, तर समाधिपाद या प्रकरणात ॐचा जप, श्वासोच्छ्वासाविषयीच्या आणि इतरही प्रत्यक्ष करण्याच्या गोष्टीही चर्चिल्या आहेत. असं असूनही त्या प्रकरणात तत्त्वज्ञान व मानसशास्त्रीय दृष्टीने योगाचं आकलन करून देण्यावर जास्त भर दिलेला आहे. हे महत्त्वाचे पैलू समजून घेतल्याशिवाय प्रत्यक्ष कृती करणं अर्थहीन ठरेल. कारण सिद्धांत हे केवळ कृती करण्याची पावले टाकण्यासाठी वापरले जाणाऱ्या पायऱ्यांचे दगड असतात. राजयोग हे स्वामी विवेकानंदांचं योगसूत्रावरील भाष्य खूप चित्तवेधक आणि आपल्या अभ्यासासंबंधातीलच आहे.

साधनापादातील पहिल्या सूत्राविषयी बोलताना त्यांनी असं म्हटलं आहे की, 'मागील प्रकरणात सांगितली गेलेली समाधी अवस्था गाठणं खूप कठीण असल्याने हे आपण धीम्या गतीने करणं योग्य आहे. सर्वांत पहिली किंवा प्राथमिक पायरी म्हणजे क्रियायोग. याचा शब्दशः अर्थ म्हणजे योगाच्या बाबतीत कृती करणं.' ही ओळख करून दिल्यावर आता आपण दुसऱ्या भागातील पहिल्या सूत्राकडे वळू या.

सूत्र १

तपः स्वाध्यायेश्वरप्रणिधानानि क्रियायोगः

साधेपणा, आत्म अभ्यास व ईश्वराप्रति समर्पण म्हणजे क्रियायोग.

येथील तप हा शब्द मोठा चित्तवेधक आहे. त्याचा शब्दशः अर्थ 'गरम करणं' किंवा 'कृतिशील उष्णता' निर्माण करणं असा होतो. याला समानार्थी शब्द म्हणजे 'दुःख' आणि 'स्वतःला लावलेली शिस्त' असाही होतो. असंही समजलं जातं की, लैंगिक संदर्भातील आपली तीव्र इच्छा काबूत ठेवणं – ब्रह्मचर्य – हे अंगातील उष्णता वाढवतं. मी हे शपथपूर्वक सांगू शकतो की, तिबेटमधील योगी मिलारेपा हे केवळ एक लंगोटी लावून हिमालयातील बर्फाच्छादित भागात बसले असता तुमो या एका विशिष्ट योगिक अभ्यासाने त्यांच्या शरीरात इतकी उष्णता निर्माण होत होती की, बर्फही वितळत होतं. माझे वैयक्तिक गुरू श्री. योगेश्वरनाथ बाबाजी हेही या अभ्यासात प्रवीण होते व अगदी गंगोत्री हिमनदीवरही ते अनवाणी चालत असत.

स्वाध्याय म्हणजे ज्या ग्रंथांच्या आपण केलेल्या अभ्यासातून त्या सर्वोच्च जागृतावस्थेप्रत नेणाऱ्या कृतींविषयीचं ज्ञान प्राप्त होतं. जे ग्रंथ अजूनही केवळ सैद्धांतिक प्रांतात वावरून कैवल्याकडे किंवा मुक्तीकडे नेणाऱ्या सर्वोच्च जागरूकतेच्या अनुभवांविषयी सांगतात त्यांचा या अवस्थेशी गोंधळ करू नये. योगप्रवासात या अवस्थेपर्यंत पोहोचलेला योगी सर्व युक्तिवादांना मागे टाकतो आणि तो त्वरित मुक्तता आणि शांती देणाऱ्या कृतींच्या गाभ्यापर्यंत पोहोचला आहे असं समजण्यात येतं.

भगवद्गीतेत म्हटलं आहे, *उपनिषत्सु ब्रह्मविद्यायां योगशास्त्रे* हे मान्य करण्यात आलं आहे की, उपनिषदांचा अभ्यास करून सत्य - ब्रह्मविद्या समजण्यासाठी विद्यार्थ्याला योगशास्त्राच्या अभ्यासाची व अनुभवाचीही गरज असते.

पहिल्या प्रकरणात योगशास्त्रीय बाबतीत ईश्वर या संकल्पनेबद्दल जी चर्चा झाली आहे, ती लक्षात घेऊन ईश्वर प्रणिधानानि – ईश्वराप्रति समर्पण ही गोष्ट समजून घ्यावी. हे लक्षात घ्या की, पतंजलींच्या दर्शनामध्ये ईश्वराचा निर्माता ईश्वर किंवा नियंत्रक ईश्वर असा कुठेही उल्लेख नाही. अनादी कालापासूनच्या सर्व ज्ञानाचा ज्ञाता व आध्यात्मिक ज्ञानाचा आदिम प्रशिक्षक असंच त्याचं वर्णन करण्यात आलेलं आहे.

'पुरुष' या संकल्पनेची व्याख्या करताना सर्वांत योग्य अशी व्याख्या पतंजलींनी सांगितलेल्या पुरुषात व विशेषकरून सांख्य योगातील आदिम पुरुषात सापडते. सांख्ययोग हे नास्तिकतावादी तत्त्वज्ञान असून, त्यामधूनच बऱ्याच गोष्टी व संकल्पना घेण्यात आल्या आहेत. जेव्हा एखादा योगी योगाभ्यासाचा कळस गाठून निर्वाण समाधीत प्रवेश करतो, तेव्हाच निर्मळ व शुद्ध अशी जागृतावस्था म्हणजेच पुरुष झळकू लागतो. याच संकल्पनेतून ईश्वराप्रति समर्पण याचा अर्थ असा लावण्यात आला आहे की, एक समर्पित योगी हा ज्ञानप्राप्ती होऊन ईश्वरच होऊन जातो. आपल्या अनुयायांकडून पूर्ण शरणागतीची अपेक्षा बाळगून व त्यांना आपल्यावर अवलंबून ठेवण्याची इच्छा धरणाऱ्या ढोंगी माणसांकडून या संकल्पनेचा मोठा गैरवापर होतो व तिचा ते अर्थही चुकीचा लावतात. क्रियायोग या संज्ञेचा इथे जो उल्लेख करण्यात आला आहे, ती संज्ञा योगाभ्यासाच्या कोणत्याही शाखेशी संलग्न नसून, क्रिया म्हणजेच प्रत्यक्ष सराव करण्याच्या गरजेचंच ती प्रतिपादन करते.

सूत्र २

समाधि भावना अर्थः क्लेश तनुकरण अर्थःच॥

समाधी या सरावाचा मूळ उद्देश हा आहे की, समाधी स्थितिप्रत पोहोचून दुःखांना क्षीण करत जाणं.

या ठिकाणी या एका गोष्टीची नोंद घेणं आवश्यक आहे की, २८व्या सूत्रापर्यंत अष्टांग योग किंवा आठ अंगांचा योग याचा जराही कुठे उल्लेख केला गेलेला नाही. तोपर्यंत केवळ दुःखामागची मूळ कारणं शोधून त्यांना कसं सामोरं जायचं याच संदर्भातला सर्व काही उपदेश करण्यात आला आहे.

सूत्र ३

अविद्या अस्मिता राग द्वेष अभिनिवेश क्लेशः॥

शुद्ध जागृतीच्या मुक्तीपर्यंत पोहोचण्यासाठी जी मनःशांती आवश्यक असते, त्यात ही दुःखं कसे अडथळे आणतात ते या सूत्रात सांगितलं आहे.

अज्ञान किंवा मीपणा, आकर्षण, तिरस्कार व सातत्याची आस – अमर होण्याची इच्छा या गोष्टी सार्थतेने अभ्यासणं गरजेचं आहे. ज्याला प्रस्थानत्रय

असं म्हणण्यात आलं, आहे, त्या योगसूत्रं, उपनिषदं व गीतेत याविषयी मोठ्या प्रमाणात सांगण्यात आलेलं आहे. पुढील सूत्रांमध्ये एकेक शब्द घेऊन त्याचा अर्थ सांगितला आहे.

सूत्र ४

अविद्या क्षेत्रम् उत्तरेषाम् प्रसुप्त तनु विच्छिन्न उदार नाम॥

सर्व दुःखांचा मूळ स्रोत किंवा क्षेत्र म्हणजेच अज्ञान; मग ही दुःखं काही कारणांनी सुप्त किंवा निद्रिस्त अवस्थेत असोत वा इतर काही कारणांनी कब्जा घेतला जाऊन उफाळलेल्या अवस्थेत असोत.

पुढील सूत्रामध्ये अज्ञान या शब्दाचा अर्थ लावण्याचा प्रयत्न केला आहे.

सूत्र ५

अनित्य अशुचि दुःख अनात्मसु नित्य शुचि सुख आत्म-ख्यातिः अविद्या

अशाश्वताला शाश्वत स्वरूपात बघणं, अशुद्धतेला शुद्ध समजणं, दुःख-यातनांना कारणीभूत ठरणाऱ्या गोष्टींमध्ये आनंद मानणं आणि अस्वत्वाला स्वत्व समजणं म्हणजेच अज्ञान.

वेदान्तामध्ये म्हटलंय की, मूळ अडचण ही आहे की, सत्यस्वरूपी स्वत्व कधीच न ओळखता केवळ ज्ञानेंद्रियांमार्फत आकलन होणाऱ्या या फसव्या व अभूतपूर्व जगालाच सत्य मानलं जातं. 'असतो मा सद्गमय' या प्रार्थनेतूनही हेच ठामपणे सांगितलं आहे की, 'माझी उन्नती असत्याकडून सत्याकडे होऊ दे.' यातच सर्व काही येतं. वेदान्तात जे म्हटलं आहे, तेच आजकाल शास्त्रज्ञ व विशेषकरून मनोवैज्ञानिक सांगू लागले आहेत. ते म्हणतात की, आपल्याला आकलन करून देणारी आपली ज्ञानेंद्रियंच मुळात निर्दोष नसतात व अशा सदोष ज्ञानेंद्रियांकडून मिळालेल्या संदेशांवरून आपलं मन प्रतिमा निर्माण करतं. याच भ्रामक प्रतिमांना आपण खरं जग म्हणजेच 'सत्य' समजून चालतो.

ज्ञानेंद्रियं किंवा आकलन करून देणारी साधनं किंवा उपकरणं (उदाहरणार्थ, घरातल्या माशीच्या डोळ्यांची जोडी (कंपाउंड आय) माशीच्या दोन्ही डोळ्यांत हजारो प्रतिमा निर्माण करणारे हजारो सूक्ष्म डोळे असतात.) एकाच जगाच्या वेगवेगळ्या प्रतिमा प्रक्षेपित करू शकतात. सदोष ज्ञानेंद्रियांकडून मिळालेल्या

संदेशांवर आधारित आपलं मन ज्या प्रतिमा निर्माण करतं, त्याव्यतिरिक्त आपण ज्या या जगात राहतो, जे हे जग अनुभवतो, त्याचं सत्य स्वरूप काय आहे असा प्रश्न पडू लागतो.

अलेक्झांडर पोप या कवीने म्हटलं आहे, "डोळ्यांनी पाहणं व डोळ्यांना दिसणं यात खूप मोठा फरक आहे."

वेदान्तिन किंवा प्रस्तुत विषयात योगी, सापेक्ष अशा सर्व दृश्यांना व संवेदनांना दूर सारून 'असणे' यावरच विश्वास ठेवतो. हे 'असणे' म्हणजेच शुद्ध स्वरूपातील जाणीव. याचमुळे त्याचं पूर्वसंस्कार न झालेलं मन या सत्याकडे एका निर्मळ साक्षीभावनेने पाहू शकतं.

ग्रीक तत्त्ववेत्ता, प्लेटो हा जरी वेदान्तिनप्रमाणे पूर्ण अद्वैतवादी वाटत नसला, तरी त्याची ही कल्पना बरंच काही सांगून जाते.

तो म्हणतो, "एक म्हणजे असणं की, जे कधीच घडत नसतं व दुसरं म्हणजे नसणं की जे कायम घडत असतं."

अशुद्ध गोष्टीला शुद्ध म्हणून पाहणं याचा अर्थ काय? इथे अशुद्धता हे काही नैतिक आकलन नसून, सदोष व सापेक्षी असलेल्या या जगाला शुद्ध जागृती समण्याची चूक करणं हे आहे. आणि सौख्यासारखं दुसरं असमाधान ते कोणतं? सामान्य मनाचा नेहमी हा कल असतो की, कायम असमाधानी राहून इंद्रियसुख देणाऱ्या गोष्टींच्या मागे धावायचं.

यामुळे, जे अंतःस्थ स्वत्व आहे व ज्याचा जन्मजात गुणधर्म परमानंद व पूर्णत्व आहे, हे न समजून कायम असमाधानी राहणं हेच होत राहतं. अस्वत्वाला स्वत्व समजणं म्हणजेच सापेक्षी जगताला सत्य समजून आपल्या स्वत्वाची त्याच्याशी गाठ बांधणं. उलटपक्षी, खऱ्या स्वत्वाला कोणत्याही उपाधींची गरज नसते. पुढील श्लोकात याचं आणखी स्पष्टीकरण करण्यात आलं आहे.

सूत्र ६

दृक् दर्शन शक्त्योः एकात्मता इव अस्मिता

पाहणारा (जागृत स्वत्व) आणि ज्ञानेंद्रियांमार्फत जाणवणारं जग यातील फरक न जाणवल्याने अहंकारात किंवा गर्वात वाढ होत जाते.

सूत्र ७

सुखानुशयी रागः॥

सगळ्यांनाच हे नेहमी समजत असतं की, सौख्य हे क्षणभंगुर असून, ते शेवटी दुःखालाच कारण ठरणार आहे.

पुढील सूत्रात याची दुसरी बाजू मांडण्यात आली आहे.

सूत्र ८

दुःखानुशयी द्वेषः॥

तिरस्कार म्हणजे दुःख धरून बसणं.

याचा जास्तकरून अर्थ दुःख अनुभवणं असा होतो. मन एका ओळखीच्या आकृतिबंधात रमण्याची सवय लावून घेतं व ते तिरस्काराला सौख्यात विकसित करू लागतं. हे एखाद्या डुकरासारखं असतं की, जे स्वच्छता न आवडण्याच्या त्याच्या स्वेच्छेनुसार घाणीतच वावरत राहतं. अत्यंत टोकाची गोष्ट, ही की स्वेच्छेने हौतात्म्य पत्करणं, ज्यात मनाला मरणातील दुःख हे जगण्यापेक्षा जास्त आनंददायी वाटू लागतं.

सूत्र ९

स्वरसवाही विदुषोः अपि तथा आरूढः अभिनिवेशः॥

ज्ञानी माणसांमध्येही जी सातत्याची आस असते, ती तग धरून जिवंत राहणं या सहज प्रवृत्तीतून व सौख्य मिळवण्याच्या प्रयत्नांतून आलेली असते.

अगदी करोना व्हायरसपासून ते गुंतागुंतीची शरीररचना असलेल्या मानवातही, न मरण्याची व आपल्या संख्येत वाढ करण्याची सहज प्रवृत्ती असते. आपण अमर आहोत या अज्ञानाशी याचा संबंध लावण्यात आला आहे. खऱ्या स्वत्वाचं जोपर्यंत आकलन होत नाही तोपर्यंत ही प्रवृत्ती टिकून राहते. कारण या शरीरात व बाह्य जगतातच ती अविभाज्यपणे गुरफटून गेलेली असते.

सूत्र १०

ते प्रतिप्रसवहेयाः सूक्ष्माः॥

आपल्या मूळ उगमस्थानाचा शोध घेत हे सूक्ष्म हव्यास टाळले पाहिजेत.

याचा अर्थ हा की, या जगताचं गुणवैविध्य बाजूला करून शुद्ध स्वरूपाच्या स्वत्वाच्या एकसंधतेचा शोध घेणं महत्त्वाचं आहे.

सूत्र ११

ध्यान हेयाः तत् वृत्तयः॥

ध्यानधारणेमधूनच चित्त विचलित करणाऱ्या सर्व गोष्टी व मनातील चढ-उतार टाळता येऊ शकतील.

सूत्र १२

क्लेश मूलः कर्म आशयः दृष्टादृष्टजन्मवेदनीयः॥

दुःखामागील मूळ कारण म्हणजे पूर्वकर्माचे अवशेष किंवा पूर्वकृतींचे परिणाम हेच दृश्य किंवा अदृश्य असे संपूर्ण अस्तित्व.

सूत्र १३

सति मूले तद्विपाको जात्यायुर्भोगाः ॥

जोवर मुळे टिकून असतात, तोवर विशिष्ट जीवित परिस्थितींनुसार व जीवनात आलेल्या अनुभवानुसार फलधारणा होते.

सूत्र १४

ते ह्लाद परिताप फलाः पुण्य अपुण्य हेतुत्वात् ॥

चांगल्या किंवा वाईट हेतूंनुसार ही फळं आनंददायी किंवा दुःखकारक असतात.

सूत्र १५

परिणामतापसंस्कारदुःखैर्गुणवृत्ति
विरोधाच्च दुःखमेव सर्वं विवेकिनः॥

सौख्याच्या उलट असणारी मानसिक द्वंद्वं, अपेक्षा, सतत पाठपुरावा करणारी दुःखं, यातना, काळजी व त्यांच्यामुळे होणारे व त्यांच्याशी संलग्न असलेले

संघर्ष या सर्वांचं वर्णन एका शब्दात केलं आहे व तो शब्द म्हणजे मनातील चढ-उतार किंवा चित्तवृत्ती. जो कोणी यात भेदाभेद करू शकतो तो...

सूत्र १६

हेयम् दुःखम् अनागतम् ॥

पुढं येऊ घातलेलं (असा एखादा) असमाधान टाळू शकतो.

सूत्र १७

द्रष्ट्र दृश्ययोः संयोगो हेयहेतुः ॥

सर्व दुःखांचं मूळ कारण म्हणजे द्रष्टा व दृश्य हे एकच आहे हा भ्रमच आहे, हे जर एखाद्याला समजलं तर हे सर्व टाळता येऊ शकतं.

सूत्र १८

प्रकाशक्रियास्थितिशीलम्ः भूतेन्द्रियात्मकम्ःभोगापवर्गार्थम्ः दृश्यम् ॥

प्रकाशाचे गुणधर्म, अंधार, क्रियाकलाप, जडत्व, भौतिक घटक, जाणिवा, जग अनुभवण्यामागचा उद्देश आणि अगदी मुक्तीची लालसाही, या सर्व गोष्टी दृश्याच्या कक्षेत येतात.

सूत्र १९

विशेषः अविशेषः लिङ्गमात्रः अलिङ्गानि गुण पर्वाणि ॥

त्याला भेदाभेद आणि अप्रकट अक्स हे गुणांची विभागणी आहे हे जाणवतं. व्यासांनी त्यांच्या भाष्यात सारांश स्वरूपात वरील सर्व गुणधर्म सांगून, ते सर्व अजूनही दृश्याच्याच व्याप्तीतील आहेत असं म्हटलं आहे.

सूत्र २०

द्रष्टा दृशिमात्रः शुद्धः अपि प्रत्ययानुपश्यः ॥

द्रष्टा जरी पाहत असला आणि ते केवळ पाहणंच असलं, तरी ते हेतुपुरस्सर आहे असं मनाला वाटतं.

सूत्र २१

तत् अर्थ एव दृश्यस्य आत्मा॥

दृश्य स्वरूपामागील हेतू केवळ पाहणाऱ्याचा म्हणजे पुरुषाचा शोध घेणं हा असतो.

सूत्र २२

कृतार्थं प्रति नष्टमप्यनष्टं तदन्यसाधारणत्वात्॥

जेव्हा हा उद्देश साध्य होतो, तेव्हा दृश्य नाहीसं होतं; पण ज्यांचा हा उद्देश साध्य झाला नाही त्यांच्यासाठी ते नाहीसं होत नाही.

सूत्र २३

स्वस्वामिशक्त्योः स्वरूपोपलब्धिहेतुः संयोगः॥

संयोग म्हणजे दृश्य आणि बघणारा यात फरक न करणं. या ठिकाणी मालक (द्रष्टा) व मालकीची गोष्ट (दृश्य) हे एकमेकांत मिसळून गेलेलं असतं.

उदाहरण द्यायचं तर, जेव्हा मी म्हणतो, 'माझं शरीर', तेव्हाही मी माझ्या शरीरापासून वेगळा असतो. हे असंच म्हणण्यासारखं आहे की, 'माझे कपडे.' कारण मी त्यांच्याहून वेगळा आहे; पण जेव्हा ते कपडे अंगावर चढवले जातात, तेव्हा दोन्ही गोष्टी एकच दिसतात.

सूत्र २४

तस्य हेतुः अविद्या ॥

गोंधळात पडण्यामागचं एक कारण म्हणजे अज्ञान.

सूत्र २५

तत् अभावात् संयोगः अभावः हानम् तत् दृशेः कैवल्यम् ॥

अज्ञानाच्या अभावामुळे व दृश्य गोष्टींमुळे बघणारा किंवा द्रष्टा गोंधळून जाणं हे संपून गेलेलं असतं.

सूत्र २६

विवेकख्यातिरविप्लवा हानोपायः ॥

सततचा भेदभावात्मक विवेक हाच यातून सुटकेचा मार्ग असतो.

सूत्र २७

तस्य सप्तधा प्रान्तभूमिः प्रज्ञा॥

पारंगत असा योगी सात आकलनांच्या द्वारे ज्ञानी बनतो.
व्यासांनी सांगितल्यानुसार ही सात आकलनं अशी आहेत ....

१. जे काही समजायला हवं, ते आताच समजलं पाहिजे.
२. जे काही टाळायला पाहिजे, ते आताच टाळायला हवं.
३. जे काही मिळवायला हवं, ते आताच मिळवलं पाहिजे.
४. भेदाभेद करणं व खरी ओळख पटवून घेणं.
५. प्रथम अनुभवास आणून देऊन व नंतर मुक्त केल्यावर बुद्धीला हे समजतं की, तिचं काम आता संपलं आहे.
६. गुणांमुळे निर्माण होणारी सर्व आंदोलनं आता संपली आहेत.
७. एका भव्यदिव्य अशा एकांतात तो द्रष्टा म्हणजेच पुरुष स्थिरावतो.

सूत्र २८

योगाङ्गाऽनुष्ठानादशुद्धिक्षये ज्ञानदीप्तिराविवेकख्यातेः॥

अष्टांग योगाच्या सरावामुळे अशुद्धता नष्ट होऊन ज्ञानाचा प्रकाश तुम्हाला भेदभावात्मक विवेकाकडे नेतो. (२९व्या सूत्रामध्ये अष्टांगयोगाचं वर्णन केलेलं आहे.)

सूत्र २९

यम नियम आसन प्राणायाम प्रत्याहार धारणा ध्यान समाधयः अष्टौ अङ्गानि॥

संयमपालन, योगासनं, प्राणायाम म्हणजे श्वासोच्छ्वासावरील नियंत्रण, संवेदना किंवा जाणिवांवरील नियंत्रण, लक्षपूर्वता, ध्यानधारणा, तल्लीनता व जागृतावस्था ही ती अष्टांगं (आठ अंगं किंवा भाग) आहेत.

सूत्र ३०

अहिंसासत्यास्तेय ब्रह्मचर्यापरिग्रहा यमाः॥

हे यम-नियम म्हणजे - खरं बोलणं, चोरी न करणं, ब्रह्मचर्य पालन (लैंगिक गोष्टींवरील नियंत्रण) व जरूर नसलेल्या गोष्टींचा त्याग करणं किंवा संग्रह न करणं हे ते यमनियम आहेत.

अहिंसा हा नियम शेवटी आपल्याला एका अशा अवस्थेत नेऊन सोडतो की, कोणाला ठार मारण्याची किंवा कोणाला इजा पोहोचवण्याची आपली इच्छाच संपून जाते. जेव्हा ज्या योगी माणसाला आत्मानंद गवसतो तेव्हा कपट, लबाडीचं जीवन जगण्यात व 'सत्या'प्रत पोहोचण्याचा प्रयत्न करण्यात त्याला काही अर्थच उरत नाही. खोटं बोलणाऱ्याचं मन हे कायम अशांत असतं.

लैंगिक सुखावर नियंत्रण म्हणजे कायमचं ब्रह्मचर्य पालन असं नाही. याचा अर्थ हा आहे की, ब्रह्माप्रत नेणारे सर्वच क्रियाकलाप. यामुळे ज्ञानेंद्रियं व विशेषत्वाने लैंगिक इंद्रियं शिस्तबद्ध रूपात राहतात. यामुळे केवळ लैंगिकतेच्याच मागे धावून तुमच्या जीवनातील ऊर्जा खर्चली जात नाही. कामवासनेत प्रचंड ऊर्जा असून, या सर्जनशील शक्तीमधून एक नवा जीव जन्माला येत असतो व त्याच्या परिणामस्वरूपी लैंगिक कृतीची सांगता होते. ही ऊर्जा मोठ्या प्रमाणावर नियंत्रित करून, उच्च आणि सूक्ष्म भावनेप्रत जाण्यासाठी तिचं उदात्तीकरण केलं, तर जागृतीचा प्रवास हा स्थूलत्वाकडून सर्वोच्च पातळीकडे सुरू होतो व त्या व्यक्तीला दैवत्व प्राप्त होतं. कुंडलिनी जागृतीच्या मागचा केवळ हाच उद्देश आहे. कुंडलिनी ही स्त्रीलिंगी दैवी पराशक्ती पाठीच्या कण्याच्या मुळाशी स्थित असते व योगी माणूस तिला जागृत करून पाच चक्रांमधून वर वर नेत मेंदूत असलेल्या सहस्त्रार[१]चक्रात नेऊन पोहोचवतो. हे घडताच त्याला लैंगिक आनंदापेक्षा हजारो पटींनी मोठी अशी भावनोत्कटता अनुभवास येते. त्यातच सर्व पूर्वसंस्कार विरून जाऊन त्याला पूर्ण एकांत व मुक्ती प्राप्त होते.

असंग्रह किंवा ज्याची व्याख्या, आवश्यक नसलेल्या गोष्टी जमवत न बसणं अशी होते. त्याचा अर्थ असा –

१. साधंसुधं जीवन जगणं की, ज्यायोगे तुमच्या संग्रहीच नसलेल्या गोष्टींची तुम्हाला काही काळजी किंवा चिंताच करावी लागत नाही.
२. आपल्या आवतीभोवती जरी अनेक माणसं व वस्तू असल्या, तरी आपलं असं

---

१ पुस्तकाच्या अखेरीस कुंडलिनीवर टीप देण्यात आली आहे.

(आपल्या मालकीचं असं!) कोणीच किंवा काहीच नसतं हा विचार हळूहळू बळावत जातो. एक दिवस हे सर्व मागे सोडून आपण मरणार असतो.

म्हणूनच त्यांच्यावर अवलंबून न राहण्याची मनाची तयारी केली की, त्यांना सोडून जायची वेळ जेव्हा येते व मृत्यू हा अटळ असल्याने आपण त्यांच्याबद्दल शोक करत बसत नाही.

आपण हेही समजून घ्यायला हवं की, खरं पाहता सर्व काही या जगाचंच असतं व त्यातील काही भागच आपल्या ताब्यात असतो.

उपनिषदात म्हटलं आहेच की, *मा गृधः कस्यस्विद्धनम्* (ही सर्व धनदौलत आहे तरी कुणाची?)

सूत्र ३१

जाति देश काल समय अनवच्छिन्नाः सार्वभौमाः महाव्रतम्॥

सर्व प्रसंगांमध्ये, जन्मातील सर्व परिस्थितींमध्ये, सर्व काळात व सर्व ठिकाणी ही सवय लावून घेतली, तर तिला एक मोठी शपथ किंवा वसा किंवा महाव्रत असं म्हटलं जातं.

आपला जन्म कुठल्या कुटुंबात झाला किंवा कुठल्या ठिकाणी किंवा कुठल्या वेळी झाला याने काही फरक पडत नाही. सर्व तऱ्हेच्या प्रसंगांमध्ये व परिस्थितींमध्ये आपण या संयमाच्या सरावाची सवय लावून घेतली, तर आपण हे महाव्रत यशस्वीपणे आत्मसात केलं असं होतं.

सूत्र ३२

शौच संतोष तपः स्वाध्याय ईश्वर प्रणिधानानि नियमाः ॥

स्वच्छता, समाधान, शुद्धी, वचनबद्धता, काटेकोरपणा, स्वाध्याय व ईश्वराप्रति समर्पित भावना या गोष्टी पाळाव्या लागतात.

(‘ईश्वर’ या शब्दाच्या अर्थासाठी व त्यावरील चर्चेसाठी ‘समाधिपाद, भाग १, सूत्र२३’मधील माहिती पाहावी.)

सूत्र ३३

वितर्क बाधने प्रतिपक्ष भावनम् ॥

तुम्ही प्रतिकूल गोष्टींमध्ये वाढ केलीत, तर तुम्ही तर्कवितर्क करणाऱ्या विचारांमध्ये अडकून पडता.

३४व्या सूत्रामध्ये ३३व्या सूत्राबद्दल विस्ताराने सांगितलं आहे.

सूत्र ३४

वितर्काः हिंसा आदयः कृत कारित अनुमोदिताः
लोभ क्रोध मोह पूर्वकाः मृदु मध्य अधिमात्राः
दुःख अज्ञान अनन्त फलाः इति प्रतिपक्ष भावनम् ॥

मनःशांतीसाठी प्रतिकूल असणाऱ्या व कमी-जास्त प्रमाणात असणाऱ्या हिंसक विचारांमुळे इतरांना इजा पोहोचते. त्याचबरोबर कमी-अधिक मात्रेतील लालसा, क्रोध व भ्रम या गोष्टींमुळे ज्याला अंत नाही अशी असमाधानी अवस्था प्राप्त होते. पुढील काही सूत्रात सांगितलेल्या विरोधी गोष्टी प्रयत्नपूर्वक नियंत्रणात आणून हे असमाधान शमवता येऊ शकतं.

सूत्र ३५

अहिंसा प्रतिष्ठायाम् तत् सन्निधौ वैर त्यागः॥

एकदा का अहिंसेचं व्रत घेतलं की, तो माणूस हिंसक गोष्टी हळूहळू सोडून देऊ लागतो.

सूत्र ३६

सत्य प्रतिष्ठायाम् क्रिया फल आश्रयत्वम्॥

एकदा का सत्याची कास धरली की, त्या व्यक्तीच्या कृती व त्यांचे परिणाम यांमध्ये परस्पर संपर्क साधला जाऊ लागतो.

सूत्र ३७

अस्तेय प्रतिष्ठायाम् सर्व रत्न उपस्थानम् ॥

जेव्हा चोऱ्याच करायच्या नाहीत हे ठरवलं जातं, तेव्हा स्वतःकडे जे काही उपलब्ध आहे ते सर्व रत्नांप्रमाणेच वाटू लागतं.

या गोष्टीचं स्पष्टीकरण पुढील प्रमाणे देता येईल - दुसऱ्याच्या मालकीच्या गोष्टी चोरण्याचे एखाद्याचे विचारच जेव्हा संपतात, तेव्हा अखंडपणे त्याच्या मनात चालणाऱ्या चोऱ्यांविषयीच्या योजनाच थंडावतात. यामुळे मनःशांती प्राप्त होऊन तो माणूस त्याच्यापाशी असलेल्या गोष्टी व आजूबाजूच्या लहानसहान गोष्टींमधील सौंदर्य पाहू शकून समाधानी होतो. चोऱ्या न करण्याचं ठरवलेला माणूस रोज येणाऱ्या लहानशा खारीकडे बघत तिच्याशी किंवा डोंगरावर असलेल्या त्याच्या झोपडीबाहेर असलेल्या देवदार वृक्षाच्या फांद्यांवर येऊन बसणाऱ्या पक्ष्यांशीही मैत्री करू शकतो. त्याच्या मनात वसणारा हा समाधानरूपी खजिना कोणताही चोर लुटू शकत नाही.

सूत्र ३८

ब्रह्मचर्य प्रतिष्ठायां वीर्यलाभः॥

लैंगिक नियंत्रणात स्थिरावलेल्याला एक जोम प्राप्त होतो.

याचा अर्थ असा आहे की, तीव्र लैंगिक इच्छा व कृतींवर ठरावीक प्रमाणात नियंत्रण ठेवलेल्या माणसाला प्रचंड शक्ती व मानसिक सर्जनशीलता प्राप्त होते. कारण ती लैंगिक गोष्टींमध्ये विरून गेलेली नसते. याचा अर्थ असा नाही की, कठोर ब्रह्मचर्य पाळायचं. कारण कित्येक महान योगी हे लग्न करून गृहस्थाश्रमाचा स्वीकार केलेले आहेत.

सूत्र ३९

अपरिग्रह स्थैर्ये जन्म कथन्ता सम्बोधः॥

जेव्हा मालकी हक्क या विचाराचाच त्याग केला जातो, तेव्हा अस्तित्वाबद्दलचे ज्ञान प्राप्त होऊ लागते.

कोणतीच गोष्ट कोणाच्याच मालकीची नसते. कारण वेळ आली की, सर्व इथंच सोडून निघायचं असतं, हा बोध जेव्हा वेळोवेळी होऊ लागतो, तेव्हा मन या काल्पनिक जगातील आपणच बनवलेल्या जन्म घेतलेलं घराणं, किताब किंवा मान-सन्मान व मालमत्ता इत्यादी प्रतिमांपासून स्वतःची सोडवणूक करून घेतो. असं सुटका झालेलं मन हे समजू शकतं की, शुद्ध अस्तित्व हे अहंकाराच्या फसव्या प्रतिमेवर अवलंबून नसतं. अशा शांत व स्थिर मनाला खऱ्या अस्तित्वाची

ओळख पटते, जे अस्तित्व कोणत्याही लव्याजम्यासह नसतं, ज्याला आतापर्यंत या लटांबरांनी आपल्या दास्यात ठेवलेलं असतं.

सूत्र ४०

शौचात् स्व अङ्ग जुगुप्सा परैः असंसर्गः॥

स्वतःच्या शारीरिक स्वच्छतेमधून एखाद्याला स्वतःच्या व दुसऱ्यांच्याही शरीराची घाण वाटू लागते व तो दुसऱ्यांशी त्याचा असलेला संपर्क टाळू लागतो.

घाम, घाण, उत्सर्जन, ग्रंथींचे स्राव व मुखदुर्गंधी इत्यादी गोष्टींमुळे शरीराची स्वच्छता कायम राखावी लागते, हे पाहून त्याला या शरीराची पूर्वी जी खूप आसक्ती होती व त्याचं प्रेम होतं, ती भावना निरासक्तीमध्ये बदलू लागते. इतर जणही याच परिस्थितीत आहेत हे पाहून एखादा स्वतःला इतरांपासून दूर ठेवायला लागून त्यांच्याशी संपर्क कमी करू लागतो. नुकत्याच येऊन गेलेल्या विषाणूजन्य धोकादायक साथीमध्ये (करोना काळ) आपण जसं वागत होतो, तेही त्याच प्रकारचं होतं.

सूत्र ४१

सत्त्व शुद्धि सौमनस्य ऐकाग्र्य इन्द्रिय जय आत्मदर्शन योग्यत्वानि च ॥

स्वत्वाचं दर्शन होण्यासाठी जे सामर्थ्य लागतं, ते स्व-स्थित असलेल्या, शुद्ध (सर्व आंदोलनांपासून मुक्त), समाधानी, आनंदी व एकाग्रतेवर प्रभुत्व मिळवलेल्या मनामधून प्राप्त होतं.

सूत्र ४२

संतोषादनुत्तम सुखलाभः ॥

या समाधानी वृत्तीतूनच आनंद मिळतो.

सूत्र ४३

काय-इन्द्रिय-सिद्धिः-अशुद्धि-क्षयात् तपसः॥

व्यायाम, योगाभ्यास, खाण्यावर नियंत्रण व लैंगिक बाबतीतील शिस्त या गोष्टींच्या काटेकोर सरावातून अशुद्धी नष्ट होते आणि शरीर व जाणिवा निर्दोष होत जातात.

सूत्र ४४

स्वाध्यायात्-इष्टदेवता-सम्प्रयोगः॥

स्वाध्यायामुळे मनात धरलेल्या दैवताशी मानसिक ऐक्य वाढू लागतं.

स्वाध्यायाबरोबर मी म्हणेन की, स्वत्वाचाही अभ्यास केल्याने, मनात योजलेल्या दैवताकडे आपली वाटचाल सुरू होते. इष्टदेवता म्हणजे सामान्यपणे तुमचा आवडता देव किंवा देवता; पण योगाच्या संदर्भात 'इष्ट'चा अर्थ म्हणजे तुम्ही ज्याचा शोध घेत आहात तो परमेश्वर.

सूत्र ४५

समाधिसिद्धिः ईश्वर- प्रणिधानात् ॥

समाधी स्थितीत गढून जाण्याचं प्रावीण्य ईश्वराप्रत एकाग्रपणे समर्पित होण्यामधून साध्य होतं.

सूत्र ४६

स्थिर-सुखम् आसनम्

आसन म्हणजे आपली बैठक स्थिर व आरामदायी असावी.

उपनिषदांच्या दृष्टीने आसन म्हणजे खाली बसणं की, ज्या स्थितीत मन शांत होऊन त्यात विचलित करणाऱ्या कोणत्याही न उरता ते सुस्थिर अशा आरामदायी अवस्थेत राहतं.

'स्थिर' हा शब्द 'स्थ' (उभं राहणं) यापासून आला असल्याने त्याचा अर्थ असाही होतो की, हे स्थैर्य केवळ बसण्यातच नसून, ते उभं राहण्यातही अपेक्षित आहे. प्राचीन काळापासूनच या गोष्टीवर आधारित अशी अनेक आसनं सुचवण्यात आली आहेत. काही आसनं बसून करण्याची असून, त्यांचा ध्यानधारणेत उपयोग होतो. काही आसनं बसलेल्या अवस्थेत नसून, त्यांचा उपयोग रक्ताभिसरण, श्वासोच्छ्वास, स्नायू, अंतःस्थ ऊर्जेच्या मार्गिका म्हणजे नाडी व शरीरातील मज्जातंतूंच्या जालाशी निगडित चक्रं यांमध्ये समन्वय राखण्यासाठी होतो.

संप्रेरकांमधील (हॉर्मोनल) असंतुलनामुळे मन अस्थिर होतं, तब्येत बिघडते व शरीरावस्थेत बिघाड होतो. आसनांच्या सरावामुळे हे बिघाड दूर होण्यास मदत होते.

प्रचलित आसनांच्या यादीसाठी *योगप्रदीपिका* हा स्वात्माराम लिखित ग्रंथ बघावा. या यादीत उल्लेख नसलेल्या आसनांचा मूळ स्रोत शंकास्पद असावा किंवा एखादे वेळेस ती आसने कसरतीच्या व्यायामप्रकारातून आलेली असावीत.

'परिशिष्ट अ'मध्ये मी काही महत्त्वाच्या आसनांचा छायाचित्रांसह समावेश केला आहे. तुम्हाला जेवढी जमतील तेवढीच करा. बसलेल्या स्थितीतील आसनं त्या मानाने सोपी आहेत. ही आसनं तपशीलवार शिकायची असतील, तर तज्ज्ञ योगासन प्रशिक्षकाशी संपर्क साधा. 'कैवल्यधाम योग इन्स्टिट्यूट अँड रिसर्च सेंटर,' लोणावळा किंवा 'योग वेदान्त फॉरेस्ट ॲवकॅडमी' – शिवानंद आश्रम – हृषिकेश या संस्थांची मी शिफारस करेन.

वेळेच्या उपलब्धतेनुसार मीही ही आसनं शिकवू शकतो. कारण बऱ्याच वर्षांपासून मी त्यांचा सराव करतो आहे.

सूत्र ४७

प्रयत्न-शैथिल्य-अनन्त-समापत्तिभ्याम् ॥

सहजसाध्य व आरामदायी आसनात (ही अवस्था सततच्या सरावातून येते) मनाला अमर्याद अशा ऐक्यभावनेची प्रचिती येते. (संघर्ष किंवा द्वंद्वविरहित मनोवस्था.)

सूत्र ४८

ततः द्वन्द्वः अनभिघातः ॥

मनात आता जराही संघर्ष किंवा द्वंद्व न उरल्याने ते स्थिर व शांत होतं.

कारण विरोधी विचारांनी त्याला दोन विरुद्ध दिशांमध्ये ओढलं जात राहणं हेच थांबलेलं असतं.

सूत्र ४९

तस्मिन् सति श्वास प्रश्वासयोः गतिविच्छेदः प्राणायामः॥

या अवस्थेत कायम राहिल्याने श्वासोच्छ्वासावर नियंत्रण राहतं.

हाच तो प्राणायाम. या अवस्थेत टिकून राहणं म्हणजे कोणताही प्रयत्न न करता, कोणतेही विरोधाभासी विचार मनात न येता, मन शांत व स्थिर झाल्यावर

श्वासोच्छ्वासही लक्षात न येणं. यालाच केवल कुंभक असं म्हणतात. कुंभक म्हणजे प्रयत्नविरहित.

काहीही म्हणा, प्राणायामाची जी बरीच तंत्रं किंवा जे अनेक प्रकार आहेत ते तज्ज्ञ प्रशिक्षकाच्या मार्गदर्शनानुसारच करावेत. कारण तोच तुम्हाला प्राण व अपान (इडा व पिंगला नाडी) यांच्यात समतोल साधून सुषुम्ना कशी जागृत करायची हे शिकवतो. प्राणायामाविषयीची सैद्धांतिक व व्यापक माहिती मिळवण्यासाठी मी पुन्हा एकदा योगप्रदीपिका या ग्रंथाची शिफारस करतो.

हे करण्यामागील उद्देश हा आहे की, तुम्ही अशा अवस्थेत पोहोचण्यास मदत व्हावी की, जिच्यामध्ये श्वासोच्छ्वासाचीही किंवा तो मुद्दामहून रोखून धरण्याचीही गरज उरत नाही. श्वासोच्छ्वास बराच काळ रोखून धरण्याने फुप्फुसांमध्ये रक्तस्राव होऊ शकतो.

सूत्र ५०

बाह्य-आभ्यंतर-स्तम्भवृत्तिः-देश -काल-संख्याभिःपरिदृष्टः दीर्घ-सूक्ष्मः॥

बाह्य काय किंवा अंतर्गत काय, जेव्हा मानसिक चढ-उतार किंवा द्वंद्वंच दाबून टाकली जातात, तेव्हा काळ, वेळ व स्थानानुसार ही अवस्था जितकी जास्त वेळा होऊ लागते, तसा हा सराव मंदावत सूक्ष्म होत जातो. प्राणायामाच्या सरावाने श्वासोच्छ्वास इतका मंद गतीने व सूक्ष्म होत जातो की तो जाणवेनासाही होतो.

सूत्र ५१

बाह्य आभ्यन्तर-विषय-आक्षेपी चतुर्थः॥

चौथं हे की, श्वासोच्छ्वासाच्या अंतर्बाह्य अवस्थेतून घेतलेली माघार.

जेव्हा श्वासोच्छ्वास मंदावत जाऊन सूक्ष्म होत जातो, तेव्हा मन हे श्वासोच्छ्वासाच्या शारीरिक कृतीपासून दूर होतं. दम लागल्यावर सहजपणे जी ऊर्जा वाया जात असते, ती वाचवली जाऊन मन अंतर्गामी होतं.

सूत्र ५२

ततः क्षीयते प्रकाश-आवरणम्

त्या वेळी सुस्पष्टपणाला झाकून टाकणारी आवरणं किंवा झापडं गळून पडतात.

प्राणतत्त्वात समतोल साधून, मनाला विचलित करणाऱ्या गोष्टी व अस्थिरता संपताच ही झापडं दूर होऊन हे शांत मन तेजस्वीपणे झळकू लागतं.

सूत्र ५३

धारणासु च मनसः योग्यता ॥

असं झाल्यावर मन एकाग्रक्षम होत जातं.

सूत्र ५४

स्वविषय-असम्प्रयोगे चित्तस्य-स्वरूपानुकार-इव-इन्द्रियाणाम् प्रत्याहारः॥

अनासक्त बनलेलं मन तेव्हाच स्थिरावत शांत होतं, जेव्हा मनाचं अनुकरण करणाऱ्या जाणिवा माघार घेतात.

या ठिकाणी प्रत्याहार किंवा भौतिक बाबींच्या गोष्टींमधून होणाऱ्या जाणिवांची माघार हे एका वेगळ्याच दृष्टिकोनातून म्हटलं आहे. हे असं नाही की, प्रथम ज्ञानेंद्रियं माघार घेतात व त्यातून अनासक्ती उत्पन्न होते. या सूत्रानुसार असं आहे की, ज्ञानेंद्रियांमध्ये गुंतून पडण्यातील फोलपणा जेव्हा मनाला समजून येतो व ते त्याच्याच शांत अवस्थेत स्थिरावतं, तेव्हा त्याचंच अनुकरण करत ज्ञानेंद्रियंही आपोआप व स्वतःहूनच माघार घेण्यास शिकतात.

सूत्र ५५

ततः परमा वश्यता-इन्द्रियाणाम् ॥

त्यानंतरच जाणिवा पूर्ण नियंत्रणाखाली येतात.

•••

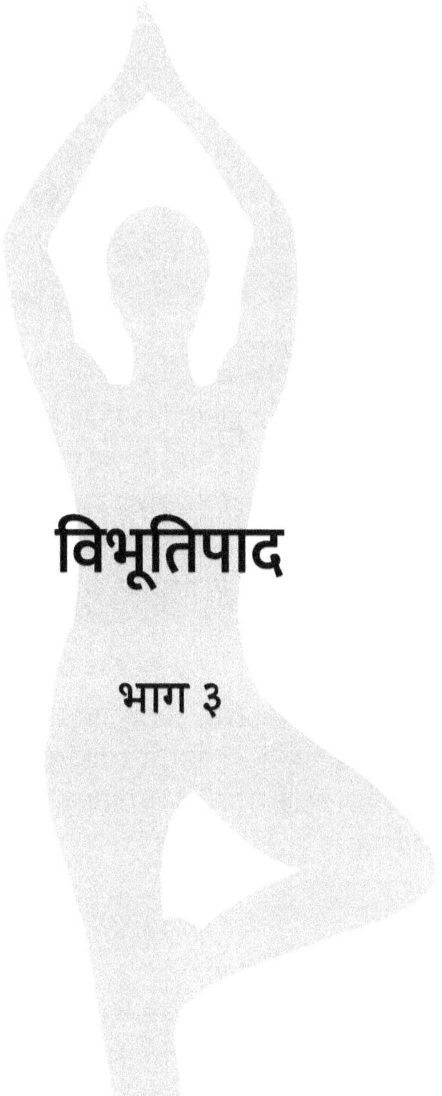

विभूतिपाद

भाग ३

पारंपरिक पद्धतीने विभूतिपाद हे प्रकरण तथाकथित अलौकिक अशा शक्तींबद्दल असून, आश्चर्याची गोष्ट ही आहे की, या प्रकरणात विभूती शब्दाचा कुठेही उल्लेख नाही. एखाद्या गोष्टीवर मन एकाग्र करून, ध्यानधारणा आणि मग समाधी अवस्थेतून एखादा प्रगत योगी या अलौकिक शक्ती मिळवू शकतो. या अलौकिक शक्तींविषयी चर्चा करण्याऐवजी या प्रकरणात बरीच महत्त्वाची माहिती देण्यात आली आहे.

व्युत्पत्तिशास्त्रानुसार विभूती हा शब्द वि हा उपसर्ग, भू हे क्रियापद आणि ति हा प्रत्यय यांपासून तयार झाला आहे. त्याचा अर्थ विस्तारित किंवा विस्तारलेली जाणीव. आता या संदर्भात ५०वं सूत्र खूप महत्त्वपूर्ण ठरतं. मुळामध्येच या अलौकिक शक्ती मिळवण्याच्या इच्छेच्या बीजाचाच नायनाट केल्यामुळे अखेरीस सर्वोच्च ज्ञानप्राप्ती म्हणजे कैवल्यप्राप्ती होते.

सूत्र १

देशबन्धः चितस्य धारणा ॥

एखाद्या गोष्टीवर मन स्थिर करणं म्हणजे धारणा किंवा मनाची एकाग्रता.

केंद्रीकरण किंवा खरं म्हणजे मन विचलित होऊ न देता एखाद्या गोष्टीवर एकाग्रतेने लक्ष ठेवणं.

सूत्र २

तत्र प्रत्यैकतानता ध्यानम् ॥

मनाची ही विचलित होण्याविरहित एकाग्र अवस्था सातत्यात ठेवणं यालाच साध्या शब्दांत 'ध्यानधारणा' म्हणतात.

सूत्र ३

तत् एव अर्थ-मात्र-निर्भासम् स्वरूप-शून्यम् इव समाधिः ॥

समाधी या शब्दाचा अर्थच स्पष्टपणे हा होतो की, मनाची आकारशून्यता किंवा मन निराकार होणं.

याचा अर्थ दोन प्रकारे लावता येतो.

१. जेव्हा मनाची ही एकाग्रता ध्यानामध्ये लांबत जाते, तेव्हा ती मनाच्या गहिरेपणात जाऊन पोहोचते. या अवस्थेत, ध्यान करणाऱ्याला स्वतःचंही भान राहत नाही. ज्या गोष्टीवर ध्यान केलं जात आहे, ती गोष्टही न उरता उरते ती केवळ ध्यानावस्था.
२. ध्यान करणाऱ्या माणसाला हे समजून येतं की, त्या सर्व गोष्टी व अगदी मनोवस्थाही हे त्या अंतःस्थ स्वत्व किंवा पुरुषाचं आकलन होण्यासाठीच आहे. हे भान वाढत जाणं यालाच समाधी म्हटलं आहे.

सूत्र ४

त्रयम् एकत्र संयमः ॥

लक्षपूर्वकता, ध्यान व समाधी या एकात्मतेच्या तीन अवस्थांना संयम असं म्हटलं आहे.

सूत्र ५

तत् जयात् प्रज्ञालोकः ॥

या अवस्थेत जेव्हा आपण प्रभुत्व मिळवतो किंवा पारंगत होतो, तेव्हा आपली प्रज्ञा पूर्णपणे उजळून निघते.

सूत्र ६

तस्य भूमिषु विनियोग:॥

हे सर्व टप्प्याटप्प्यात होत असतं.

याचा अर्थ,धारणा, ध्यान व समाधी या पायऱ्या क्रमाक्रमाने चढल्या जातात.

सूत्र ७

त्रयम् अन्तरङ्गम् पूर्वेभ्य: ॥

पूर्वी सांगितलेल्या अंगांहून ही तीन अंत:स्थ अंगं ही खूप वेगळी आहेत.

सूत्र ८

तत् अपि बहिरङ्गं निर्बीजस्य ॥

निर्बीज किंवा बीजविरहित समाधीची ही तीन बाह्यांगं आहेत.

सूत्र ९

व्युत्थान निरोध-संस्कारयो: अभिभव-प्रादुर्भावौ निरोध-क्षण-चित्त-अन्वय निरोध-परिणाम: ॥

जेव्हा संयम हा गुणधर्म बहिर्मुखतेवर मात करतो, तेव्हा या संयमामुळेच अंतर्मुखतेचा एक क्षण प्राप्त होतो.

सूत्र १०

तस्य प्रशांत वाहिता संस्कारात् ॥

त्याच वेळी मनाला मनाच्या प्रवाहितपणाच्या गुणधर्माची ओळख पटते.

सूत्र ११

सर्वार्थता एकाग्रतयो: क्षय चित्तस्य समाधिपरिणाम: ॥

जेव्हा सर्व वस्तुनिष्ठता संपून जाऊन मनाची एकाग्रता वाढीस लागते, तेव्हा या मानसिक बदलामुळे आपण समाधी अवस्थेकडे जाऊ लागतो.

सूत्र १२

ततः पुनः शान्त उदित तुल्य प्रत्ययः चितस्य एकाग्रता परिणामः ॥

मग पुन्हा, जेव्हा अंतर्मुखपणा व बहिर्मुखपणा आणि मनात विचार निर्माण होणं किंवा मन शांत होणं यात समानता येऊ लागते तेव्हा त्याच्या परिणाम स्वरूपात मन एकाग्र होत जातं.

योगाच्या भाषेत बोलायचं झालं, तर याचा अर्थ श्वास व उच्छ्वासात समानता साधणं. यामुळे डावीकडे असलेल्या 'इडा' व उजवीकडे असलेल्या 'पिंगला' या नाड्यांमधील प्राणाचा समतोल राखला जातो.

सूत्र १३

एतेन भूत-इन्द्रियेषु धर्म-लक्षण-अवस्था-परिणामा व्याख्याताः ॥

मनाची व जाणिवेची अवस्था, मनाचं व मूलतत्त्वांचं स्वरूप आणि त्यांचा एकमेकाशी असलेला संबंध स्पष्ट करून समजावून देण्यात आलेला आहे.

सूत्र १४

शान्त-उदिता-अव्यपदेश्य-धर्मानुपाती धर्मी ॥

याचा अर्थ असा होतो की, धर्माचं पालन करणाऱ्या योगी माणसाला धर्माबद्दल समजलं असतं व त्याचबरोबर हेही समजून चुकलं असतं की, त्याची मनःस्थिती शांत आहे की, कृतिशील आहे की, दोहोंच्या मधली आहे.

सूत्र १५

क्रम-अन्यत्वं परिणाम-अन्यत्वे हेतुः ॥

मनोवस्थेतील हे परिवर्तन क्रमाक्रमाने घडत जातं, ज्यामुळे हा बदल घडून येतो.

सूत्र १६

परिणाम त्रय संयमाद् अतीत-अनागत-ज्ञानम् ॥

संयमामुळे आणि मनात उठणारी वादळं किंवा शांत मन किंवा मधल्या स्थितीकडे एकीकृत दृष्टिकोनातून बघण्यामुळे आपली पूर्वीची मनोवस्था काय होती व पुढे ती काय होऊ शकेल हे समजून येतं.

शांत झालेलं मन किंवा कृतिशीलतेत गुंतलेलं मन किंवा या दोन्हींच्या मधील अवस्थेत असलेल्या मनाच्या

सूक्ष्म अभ्यासातून एखाद्याला त्याच्या मनावर असलेले पूर्वीचे प्रभाव आणि त्यांचे पुढे घडून येणारे परिणाम समजून येतात.

सूत्र १७

शब्द-अर्थ-प्रत्ययानाम् इतरेतर अध्यासात् सङ्करः तत् प्रविभाग-संयमात् सर्व भूत रुत ज्ञानम् ॥

शब्दांचे अर्थ व त्या अर्थांमधील बारकावे यात काय फरक आहे, हे जाणून घेण्याची क्षमता संयमामुळे प्राप्त होते.

धारणा, ध्यान व समाधी यांचं एकत्रीकरण म्हणजेच संयम. या संयमामधूनच समोरचे जे काही बोलतात त्याच्या मागील खरा अर्थ त्याला समजून येतो. उदाहरणार्थ, एखादा तुमची खुशामत करण्याच्या दृष्टीने तोंडावर खूप स्तुती करत असेल, ज्याचे भविष्यात खूप प्रतिकूल किंवा अपायकारक असे परिणाम होणार असतात. ही स्तुती वरवर कितीही गोड वाटली, तरी योगी माणसाला त्या स्तुतिपर शब्दांच्या मागचा स्पष्ट भावार्थ समजून आलेला असतो.

प्राणिमात्रांकडे लक्षपूर्वक बघून व त्यांचे हावभाव आणि त्यांचे आवाज यावरून योगी माणूस त्या प्राण्यांच्या पुढील प्रतिक्रिया काय असतील हे आधीच जाणून घेऊ शकतो. योगी माणसाकडे प्राण्यांची भाषा समजण्याची क्षमता असते असं बऱ्याचदा म्हटलं जातं, त्यामागचं मुख्य कारण हेच आहे.

सूत्र १८

संस्कार साक्षात् करणात् पूर्वजाति ज्ञानम् ॥

एखाद्याच्या मनावरील संस्कार, त्याच्या वृत्ती व प्रवृत्ती ध्यानात घेतल्या की, त्याला त्याच्या पूर्व जन्मांतील आठवणी ध्यानात येऊ शकतात.

उदाहरण द्यायचं झालं, तर एखादं मूल त्याच्या पालकांची वागणूक व त्यांनी त्यांचं केलेलं संगोपन याच्या विरुद्ध वागू लागतं तेव्हा हा पूर्वजन्मीचा भाग आहे हे लक्षात येतं. हिरण्यकश्यपूचा मुलगा प्रल्हाद हे याचं उत्तम उदाहरण आहे.

सूत्र १९

प्रत्ययस्य पर चित्त-ज्ञानम् ॥

एखाद्या गोष्टीकडे स्पष्टपणे बघण्याची जी क्षमता या संयमातून आलेली असते, त्यामुळे दुसऱ्याचे हेतू काय आहेत किंवा त्याच्या मनात काय आहे हे आपण जाणून घेऊ शकतो.

सूत्र २०

न च तत् सालम्बनम् तस्य विषयी-भूतत्वात् ॥

हे सर्व निराधार आहे असं नाही. कारण भौतिक मूल्यांना कोणत्याच अटी लागू होत नाहीत.

याचा अर्थ असा होऊ शकतो की, हे सर्व व्यक्तिनिष्ठ पातळीवरील असून, भौतिक जगतातील गोष्टींना लागू होत नाही. पतंजलींच्या सर्व सूत्रांपैकी या सूत्राचा अर्थ लावणं महाकठीण आहे.

सूत्र २१

काय-रूप-संयमात् तत्-ग्राह्य-शक्ति-स्तम्भेः चक्षुः प्रकाश-असम्प्रयोगे अन्तर्धानम् ॥

एखाद्या गोष्टीवर पडणारा प्रकाश परावर्तित होऊन तो समोरच्या बघणाऱ्यापर्यंत पोहोचू न देऊन, ती गोष्टच अदृश्य करण्याची क्षमता संयम, एकाग्रता किंवा धारणेमुळे प्राप्त होते.

या मुद्द्यावर तपशीलवार बोलणं गरजेचं आहे.

या सूत्राचा लोकप्रिय अर्थ हा आहे - ज्या योगी माणसाला शरीरावर पडलेला प्रकाश परावर्तित होतो हे समजलेलं असतं, त्याला समोरच्या माणसाच्या डोळ्यांमधील प्रकाश पाहणं जमू शकतं. असा सिद्ध योगी पुरुष स्वतःच्या अंगावर पडणारा प्रकाश परावर्तित होण्यापासून रोखू शकतो व तो स्वतःला अदृश्यच करून टाकतो.

खरं पाहता प्रकाशकिरणांवर या योगी माणसाचं काहीच नियंत्रण नसतं; पण शरीराच्या पृष्ठभागी असलेल्या पेशींना हे प्रकाशकिरण शोषून घ्यायला भाग पाडलं जातं. त्यामुळे आता ती किरणंच परावर्तित न झाल्याने तो माणूस इतरांना दिसूच शकत नाही.

व्यावहारिक बाबतीत बोलायचं झालं, तर एखादा माणूस त्याच्या नेहमीच्या पोशाखाहून वेगळाच पोशाख करून स्थिर उभा राहिला, तर नेहमीच्या ओळखीच्या माणसांनाही तो चटकन ओळखू येत नाही. अदृश्य होणं ही गोष्ट अगदी शक्य असली, तरी पूर्णपणे स्तब्ध उभं राहणं ही अत्यंत अवघड गोष्ट आहे.

त्याचबरोबर आणखी एक वस्तुस्थिती ही आहे की, एखादी गोष्ट प्रत्यक्ष डोळ्यांसमोर असूनही, 'ती गोष्ट समोर नाही' असं सांगून संमोहित केल्या गेलेल्या व्यक्तीला ती दिसत नाही. या परिस्थितीत संमोहित माणसाच्या मेंदूने समोरच्या त्या गोष्टीची (दिसत असूनही) दखल घेतलेली नसते.

सूत्र २२

सोपक्रमम् निरूपक्रमम् च कर्म तत् संयमात् अपरान्त-ज्ञान-अरिष्टेभ्यो वा ॥

कृतींवर किंवा कर्मांवर नियंत्रण ठेवल्याने व अनैसर्गिक घटनांचं निरीक्षण करण्यामुळे नजीक येत चाललेला मृत्यू समजू लागतो.

याचा अर्थ असा होतो की, केलेल्या किंवा न केलेल्या कृतिकलापांवर चिंतन करून आपला मृत्यू आपल्यापासून किती अंतरावर आहे हे स्पष्ट व स्वच्छपणे समजून येतं. पारंपरिक ग्रंथांमध्येही या आतील व बाहेरीलही शकुन-अपशकुनांचं वर्णन करण्यात आलेलं आहे. या शकुन-अपशकुनांवर विचार केल्याने योगी माणसाला आपला मृत्यू जवळ आल्याचं कळतं. आपल्या श्वासोच्छ्वासाची लय हे या गोष्टीचं एक उत्तम उदाहरण आहे.

सूत्र २३

मैत्री आदिषु बलानि ॥

मित्रत्व वगैरे गोष्टींवर चिंतन-मनन केल्याने संबंधित शक्ती प्राप्त होत जातात.

सूत्र २४

बलेषु, हस्ति-बलादीनि ॥

शक्तींवर मनन करणं. उदाहरणार्थ हत्तीची प्रचंड शक्ती.

विचारांनी संस्कारित केलं गेल्यामुळे मनुष्याची मानसिक किंवा शारीरिक शक्ती तिच्या पूर्ण क्षमतेपर्यंत कधी वापरलीच जात नाही. आपण दुर्बल आहोत व एका ठरावीक मर्यादेच्या पुढे आपण काहीच करू शकत नाही असं वाटणं हे एक प्रकारे स्वसंमोहनच आहे. जेव्हा स्वतःच्या जिवालाच धोका निर्माण होतो, तेव्हा मेंदूतील विचार करणारा भाग (लिम्बिक सिस्टीम) सर्व परिस्थितीचा ताबा घेतो, ती माणसं विस्मयकारक कृती करून स्वतःचा जीव वाचवतात अशी बरीच उदाहरणं आहेत. या ठिकाणी मी हे सूचित करतो की, मोठ्या प्राण्यांच्या शक्तीवर चिंतन करून व आपण दुबळे आहोत या स्वसंमोहित अवस्थेतून बाहेर पडून एखादा माणूस त्याच्या क्षमतेमध्ये वाढ करू शकतो.

सूत्र २५

प्रवृति-आलोक-न्यासात्-सूक्ष्म-व्यवहित-विप्रकृष्ट-ज्ञानम् ॥

आपल्या कृतिकलापांवर प्रकाश टाकल्याने, ज्या दडलेल्या आणि दूरस्थ आहेत अशा गोष्टी समजून येतात.

संयमातून व मनन-चिंतनातून प्राप्त झालेल्या या विचारातील सुस्पष्टतेमुळे योगी माणूस जे काही उघड आहे त्याच्याही पलीकडचं बघू शकतो. बाहेरून दाखवलेलं समोरच्या माणसाचं वागणं हे कितीही फसवं असलं, तरी योगी पुरुष अंतर्ज्ञानाने समोरच्याच्या मनात काय आहे हे जाणू शकतो.

सूत्र २६

भुवन-ज्ञानं सूर्ये संयमात् ॥

सूर्य व त्याच्या हालचालींचं निरीक्षण केल्याने तुम्हाला वैश्विक क्षेत्राचं आकलन होतं.

सूत्र २७

चन्द्रे तारा-व्यूह-ज्ञानम् ॥

चंद्राचा अभ्यास करून तुम्ही ताऱ्यांची क्रमवारी लावू शकता.

सूत्र २८

ध्रुवे तत् गति-ज्ञानम् ॥

ध्रुवताऱ्याचा अभ्यास करून स्वर्गीय व्यक्तींच्या हालचालींची माहिती मिळवू शकता.

सूत्र २९

नाभिचक्रे काय-व्यूह-ज्ञानम् ॥

नाभीस्थित असलेल्या नाभिचक्रावर चिंतन करून तुम्हाला आपल्या शरीरात असणाऱ्या नाडींसंबंधीची माहिती मिळते.

सूत्र ३०

कन्ठकूपे क्षुत् पिपासा निवृत्तिः॥

गळ्याच्या पोकळ भागात असलेल्या विशुद्धीचक्रावर मनन करून तुम्ही तहान-भुकेपासून मुक्त होता.

सूत्र ३१

कूर्म नाड्याम् स्थैर्यम् ॥

कूर्म नाडीवर (एक अंतःस्थ मार्गिका) चिंतन केल्याने मन स्थिरावतं.

सूत्र ३२

मूर्ध-ज्योतिषि सिद्ध-दर्शनम् ॥

मस्तकातील तेजावर मनन केल्यामुळे सिद्ध पुरुषाप्रमाणे आपल्या दृष्टीचा पल्ला विस्तारित होतो.

या ठिकाणी ज्या केंद्राचा उल्लेख केला आहे, ते म्हणजे सहस्त्रार चक्र आणि मेंदूच्या मध्यभागाच्या मागे असलेलं ब्रह्मांध्र. (मेड्युला ऑब्लाँगेटा)

सूत्र ३३

प्रातिभाद् वा सर्वम् ॥

जेव्हा अंतर्ज्ञान विकसित होतं, तेव्हा सर्वच सूक्ष्म गोष्टी दिसू व समजू लागतात.

सूत्र ३४

हृदये चित्त-संवित् ॥

हृदयावर चिंतन केल्याने मनाचा थांग लागू शकतो.

इथे हृदय म्हणजे आपलं शारीरिक हृदय असा अर्थ न घेता छातीच्या हाडाच्या मागील भागी असणारं अनाहत चक्र असा घेतला आहे. हे चक्र खरं म्हणजे पाठीच्या कण्यावर असतं.

सूत्र ३५

सत्त्व-पुरुषयोः अत्यंत-असंकीर्णयोः प्रत्यय-अविशेषो भोगः परार्थत्वात् संयमात् पुरुषज्ञानम् ॥

शुद्ध स्वरूपातील पुरुष व पूर्णपणे स्पष्ट झालेला सारांश (सत्त्व) यात खूपच कमी फरक आहे. हे जेव्हा कळून येतं, तेव्हा हे स्पष्ट झालेलं सार म्हणजे केवळ पुरुषाची ओळख पटवून देणारं साधनच आहे हे ध्यानात येतं.

सूत्र ३६

ततः प्रातिभ श्रावण वेदन आदर्श आस्वाद वार्ता जायन्ते ॥

याचा परिणाम हा होतो की, ज्ञानेंद्रियांकडून मिळणाऱ्या संदेशांपेक्षा अंतर्ज्ञानाने मिळालेल्या ऐकणं, पाहणं, स्पर्श, वास व चव या संदेशांमध्ये वाढ होते.

सूत्र ३७

ते समाधौ उपसर्गाः व्युत्थाने, सिद्धयः ॥

सर्वोच्च प्रतीच्या समाधी अवस्थेत योगाभ्यासातून मिळवलेल्या या सामर्थ्यांचीही इच्छा उरत नाही.

सूत्र ३८

बन्ध-कारण-शैथिल्यात प्रचार-संवेदनात् च चित्तस्य पर-शरीर-आवेश:॥

मनाचे बंध सैल पडू लागल्याने आराम करणारं मन हे दुसऱ्याच्या मनात प्रवेश करू शकतं व याद्वारे ते दुसरं प्रकट स्वरूप धारण करू शकतं.

स्वत:चं शरीर सोडून दुसऱ्याच्या मनात प्रवेश करून ते दुसरं मन जाणून घेण्याची क्षमता हे मन बाळगून असतं व त्याचबरोबर ते एखादं नवं मूर्त स्वरूपही निवडू शकतं.

सूत्र ३९

उदान-जयात्-जल-पंक-कण्टक-आदिषु-असंग उत्क्रान्ति: च ॥

उदानावर किंवा ऊर्ध्वगामी प्राणावर प्रभुत्व मिळवल्यामुळे पाणी, चिखल व टोचणी लावणाऱ्या गोष्टी किंवा काटे या मूलतत्त्वांची असणारी आसक्ती कमी होत जाऊन आणखी वरची पायरी गाठली जाते.

याचा संबंध प्राणायामाशी आहे. श्वासाशी संबंधित असलेल्या या ऊर्ध्वगामी श्वासावर प्रभुत्व मिळवल्याने योगी माणसाचं मन निसर्गातील मूलभूत घटकांमुळे विचलित होऊ शकत नाही.

सूत्र ४०

समान-जयात्-ज्वलनम् ॥

समानाच्या हालचालींवर प्रभुत्व मिळवल्याने एक तेजस्वीपणा प्राप्त होतो.

समान म्हणजे ऊर्ध्व व अध:श्वास यांच्यात समतोल साधणारा श्वास. यामुळे शरीर ऊर्जाभारित होतं आणि ऊर्जेचा थोडाही अपव्यय होत नाही. यामुळेच योगी पुरुषाचं शरीर व चेहरा तेज:पुंज व उजळ दिसू लागतो.

सूत्र ४१

श्रोत-आकाशयो: सम्बन्ध-संयमात्-दिव्यं श्रोतम् ॥

कान व अंतरिक्ष यांच्या अभ्यासावरील संयमामुळे दैवी ध्वनी ऐकू येऊ लागण्यात वाढ होते.

जेव्हा आपलं मन सूक्ष्म होत जातं तेव्हा आपल्याला हे दैवी आवाज ऐकू येऊ लागतात. कारण त्यापूर्वी आपल्या कानांमध्ये एका ठरावीक क्षमतेच्याच ध्वनिलहरी ऐकू शकण्याची क्षमता असते.

सूत्र ४२

काय-आकाशयोः सम्बन्ध-संयमात्-लघु-तूल-समापत्तेः च आकाश-गमनम् ॥

जेव्हा मन हलक्याफुलक्या कापसाच्या पुंजक्यावर चिंतन करू लागतं, तेव्हा वारा वाहू लागल्यावर जसा कापूस हवेत तरंगत जातो, तसं मनही अंतरिक्षात विहरू लागतं.

हवेमध्ये हेलकावे खात वाहत जाणाऱ्या कापसाच्या पुंजक्यावर ध्यान केलं, तर ते मनही हलकं होऊन अंतरिक्षात तरंगत जाऊ शकतं.

माझं मत असं आहे की, या गोष्टीचे दोन अर्थ होतात -

१. कापसाच्या हलकेपणावर ध्यान दिल्याने मन आणि सूक्ष्म देह कापसाप्रमाणे किंवा पिसाप्रमाणे हलका होऊन, ते अंतरिक्षात भ्रमण करू शकतात.
२. देह हाही हलका होऊन मोठ्या सहजतेने हे भ्रमण करू शकतो.

जादूगारमंडळी काही यांत्रिक उपकरणं व दृष्टिभ्रमाद्वारे हवेत तरंगत राहून दाखवतात. त्या तरंगण्याचा या भ्रमणाशी काहीही संबंध नाही. कोणतंही मानवी शरीर इतकं हलकं होऊ शकत नाही की, ते हवेत तरंगत भ्रमण करू शकेल. दोरखंडाच्या भारतीय जादूची वर्णने ही केवळ अतिशयोक्तिपूर्ण दंतकथा व जादुई फसवणूक असते.

सूत्र ४३

बहिरकल्पिता वृत्तिर्महाविदेहा ततः प्रकाशावरणक्षयः

बाह्य जगताकडे पूर्वग्रह न ठेवता किंवा मनात कोणत्याही पूर्वकल्पना ठेवता बघता आलं, तर या सर्व दृष्टिभ्रमांवर प्रकाश पडून ते आपणास समजून येतात.

सूत्र ४४

स्थूल-स्वरूप-सूक्ष्मान्वयार्थवत्त्व-संयमाद्भूतजयः

स्थूलमान आकार व स्थूलत्व आणि सूक्ष्मत्व यांमधील संबंध आणि महत्त्व यावरील संयमामुळे स्थूलत्वावर विजय मिळवता येतो.

काही सूक्ष्म कृतींद्वारे स्थूलत्व समजून येते. म्हणूनच सूक्ष्मत्वावर प्रभुत्व मिळवून स्थूलत्वावर नियंत्रण ठेवता येऊ शकतं.

सूत्र ४५

ततः अणिमादि-प्रादुर्भावः काय-सम्पत् तद् -धर्म अनभिघातः च ॥

यामुळेच योगी माणसाच्या दृष्टीचा पल्ला विस्तारतो आणि त्याच्या शरीरात व स्वभावात परिपूर्णता येते.

सूत्र ४६

रूप-लावण्य-बल-वज्र-संहननत्वानि कायसम्पत् ॥

आणि म्हणूनच योगी माणसाला शारीरिक परिपूर्णता, शारीरिक सौंदर्य, ताकद आणि कडाडणाऱ्या विजेप्रमाणे कणखरपणा प्राप्त होतो.

सूत्र ४७

ग्रहण-स्वरूप-अस्मिता-अन्वय-अर्थवत्त्व-संयमाद्-इन्द्रियजयः॥

आपल्या आकारस्वरूपाची समज येऊन जेव्हा अहंकार हाताळला जातो, तेव्हा शेवटी एखादा जण त्याच्या ज्ञानेंद्रियांवर प्रभुत्व मिळवू शकतो.

सूत्र ४८

ततः मनोजवित्वं विकरणभावः प्रधानजय च ॥

जाणिवांवर पूर्वसंस्कार न झाल्याने मुक्त झालेल्या मनात सहजता येते व त्याद्वारे योगी माणसाला या सर्व प्रकट स्वरूपाच्या जनकाची किंवा उगमस्त्रोताची ओळख पटते.

सूत्र ४९

सत्त्व-पुरुष-अन्यता-ख्यातिमात्रस्य सर्व-भाव-अधिष्ठातृत्वम् सर्व-ज्ञातृत्वम् च ॥

जेव्हा सात्त्विक आणि पुरुष यामधील फरक समजून येतो, तेव्हा योगी माणसाचं सर्व अस्तित्वावर नियंत्रण येतं आणि त्या सर्व अस्तित्वांचं त्याला आकलनही होतं.

सूत्र ५०

तद् अपि-वैराग्यात्-अपि दोष-बीजक्षये कैवल्यम् ॥

कोणत्याही प्रकारच्या सामर्थ्याचं प्रदर्शन करण्याची इच्छाच मरते व अगदी सार्वभौमत्व मिळवण्याचं लहानसं बीजही नष्ट केलं जातं. कारण या गोष्टी सर्वोच्च कैवल्याप्रत जाण्यात अडथळे आणतात, हे योगी पुरुषाला समजून चुकलेलं असतं. त्यानंतर त्याला परमानंदातील विस्तीर्ण अशा एकांताचीच ओढ लागून राहते.

सूत्र ५१

स्थानि-उपनिमन्त्रणे सङ्ग-स्मय अकरणम् पुनः अनिष्ट-प्रसङ्गात् ॥

योग्य जागी व मनःशांतिपूर्वकतेने जेव्हा योगी माणूस स्थिरावतो, तेव्हा प्रतिष्ठा व आसक्तींमधून भोगावी लागणारी दुःखं बघून त्याच्यावर या गोष्टींचा काहीच परिणाम होत नाही.

सूत्र ५२

क्षण-तत्-क्रमयोः संयमात् विवेकजं ज्ञानम् ॥

क्षणांवर आणि ते क्षण कसे जातात यावरील संयमामुळे तारतम्य म्हणजे भेदाभेद करण्याचं ज्ञान प्राप्त होतं.

मनात एखादा विचार येतो व पाहता पाहता तो भूतकाळात निघून जाऊन त्याची जागा दुसरा विचार घेतो. तोही लकरच भूतकाळात जाणार असतो. या गोष्टीकडे लक्षपूर्वकतेने पाहिलं, तर योगी माणसाला या मनात असणाऱ्या व मनातून गेलेल्या

विचारामध्ये एक छोटी मोकळी जागा सापडते. या रिकाम्या जागेतूनच विचारांची निर्मिती होत असते. ही समज म्हणजेच मुक्ततेकडे नेणारा मार्ग ठरतो.

सूत्र ५३

जाति-लक्षण-देशैः अन्यताऽनवच्छेदात् तुल्ययोः ततः प्रतिपत्तिः ॥

विचार कितीही वेगळा असला तरी विचारांचा उगम माहिती करून घेता येतो किंवा विचारांच्या स्रोताचा मागोवा घेता येतो. म्हणूनच त्यांचं वर्गीकरण भूत, वर्तमान व भविष्य असं करता येतं.

सूत्र ५४

तारकं सर्व-विषयं सर्वथा-विषयम् अक्रमं च-इति विवेकजं ज्ञानम् ॥

सर्व परिस्थितींमध्ये व सर्व काळी भूत, वर्तमानातील विचार आणि दोघांमधील रिकाम्या जागेबद्दल तारतम्य ठेवण्यामुळे मिळालेलं ज्ञान हे सर्व परिस्थितींमध्ये व सदासर्वदा मुक्ततेकडे नेणारा घटक ठरतो व तो सलग किंवा एकसंध नसतो.

सूत्र ५५

सत्त्व-पुरुषयो शुद्धि-साम्ये कैवल्यम्, इति ॥

हे समजल्यामुळे सात्त्विक मन शुद्ध होतं व हे मन आणि त्या पुरुषामध्ये साम्य निर्माण होतं, तेव्हाच एकांत व पूर्ण मुक्ती प्राप्त होते.

•••

कैवल्यपाद

भाग ४

पतंजली योगसूत्रांच्या चार भागांमधील हे शेवटचं प्रकरण आहे. यामध्ये कैवल्य या अवस्थेचं वर्णन केलेलं आहे. मन विचलित करणाऱ्या गोष्टींपासून मनाची कायमची मुक्तता करून योगी माणसाला जे अंतिम ध्येय गाठायचं असतं, त्यांचं वर्णन कैवल्य असं करण्यात आलं आहे. सर्वच प्रकारची द्वैतवादी भावनाच नष्ट झाल्यामुळे सर्वोच्च जागृतावस्थेच्या स्वरूपातील एकाकीपणात पुरुषाचं अस्तित्वच काय ते उरलेलं असतं.

कैवल्य या विषयात जाण्यापूर्वी, मागील भागात वर्णन केलेले विभूती किंवा परिपूर्णता हे विषयच पतंजलींनी पुन्हा एकदा हाताळले आहेत.

सूत्र १

जन्म-औषधि-मन्त्र-तप:-समाधिजा:-सिद्धय: ॥

जन्म, मादक द्रव्य, मंत्रपठण, काटेकोरपणा किंवा समाधी अवस्था यामधूनच सिद्धी किंवा विभूती प्रकट होतात.

यापुढे या विषयावर तपशीलवार चर्चा केलेली आहे.

जन्म

काही माणसांमध्ये काही असामान्य गुणधर्म हे जन्मजातच उपस्थित असतात. भारतातील प्रतिभावान गणिततज्ज्ञ रामानुजन हे या गोष्टीचं उत्तम उदाहरण ठरतात.

गणितामधील औपचारिक शिक्षण नसूनही त्यांनी गणितातील प्रगत अशी अनेक समीकरणं मांडलेली आहेत. तथाकथित जाणकारांचा इतिहास बघितला, तर त्यात अशा अनेक व्यक्ती सापडतात की, ज्यांच्यामध्ये अलौकिक क्षमता जन्मतःच आलेल्या असतात. इतकंच नाही, तर मेंदूत काही जन्मजात दोष असलेली काही मुलंही संगीतासारख्या क्षेत्रात प्रचंड प्रतिभावान ठरलेली दिसतात.

मादक द्रव्य

काही मादक द्रव्यांच्या सेवनामुळे मनाची अवस्था असामान्य होते व जागृतावस्थेत तात्पुरता किंवा अगदी कायमचाही बदल घडून येतो, या वस्तुस्थितीची माहिती ही अगदी प्राचीन काळापासून आहे. अल्कोहोल किंवा मद्यसेवनाने एक विशिष्ट अत्यानंद होतो. अनेक कवी आणि लेखक मंडळींनी हे ठासून म्हटलं आहे की, या मद्यसेवनामुळे त्यांची सर्जनशीलता वाढते. मद्याच्या अतिसेवनाने ज्या काही शारीरिक हानी पोहोचतात त्यांची आणि या सर्जनशीलतेतील वाढीची तुलना केली, तर हे अतिसेवन योग्य आहे का असा प्रश्नही पडतो.

वैदिक काळापासूनच सोमरसाचा उल्लेख आढळून येतो. काही विशिष्ट परिस्थितींमध्ये याचं प्राशन केलं, तर ते पिणाऱ्याला वेगळ्या मितीमधील दृश्ये व स्वर्गीय माणसं दृष्टीस पडतात. असं असलं तरी सोमरस म्हणजे नक्की काय हे आजही कोणाला समजलेलं नाही. त्याही पुढे गांजा, हेरॉइन, अफू, केटामाइन व अगदी एलएसडी ही अशी अनेक मादक द्रव्ये आहेत, ज्यांच्या सेवनामुळे मनःस्थितीत बदल घडून येतात व काही विशिष्ट परिस्थितींमध्ये मनाची क्षितिजंही विस्तीर्ण होतात; पण काहीही असलं तरी हे तात्पुरतंच असतं. या सर्वांचे पुढे होणारे शरीरावरील दुष्परिणाम लक्षात घेता या गोष्टीत काही अर्थ नाही हे समजतं. जागृतावस्थेच्या गहिऱ्या अवस्थेत पोहोचण्यासाठी काही साधूंनी गांजा ओढण्यास सुरुवात केली होती; पण नंतर ते त्याच्या इतके आहारी गेले की, त्यांचं अधःपतन झालं.

मंत्रपठण

मंत्र म्हणजे ध्वनिविषयक काही सूत्रं असून, (यात बीजमंत्रही आले) त्यांचा वापर काही दैवतांना आणि मानवी शरीरप्रणालीतील षट्चक्रात असणाऱ्या महाशक्तींना

किंवा पराशक्तींना आवाहित करण्यासाठी केला जातो. यामुळे योगी माणसात काही विशेष क्षमता जागृत होतात. जागृतावस्था ही शारीरिक जागृतावस्थेपासून वेगळी करणं इतकंच नाही, तर त्याचबरोबर क्षितिजं विस्तारणं याचाही या कलेमध्ये समावेश असतो.

तप

ज्याचा अर्थ नेहमी प्रायश्चित्त असा केला जातो, तो तप हा शब्द तप किंवा उष्णता या शब्दापासून आला आहे. स्थूल अर्थाचं उदाहरण म्हणजे वाफेवर आलेला प्राणी. जेव्हा पुनरुत्पादन करण्याच्या इच्छेचा अग्नी त्या प्राण्याच्या शरीरात पेटून उठतो तेव्हाच नवीन प्राणी जन्माला येतो. सूक्ष्म अर्थानं विचार करता हे समजतं की, तप म्हणजे आध्यात्मिक प्रगतीवरील वाटचालीतून काही विशिष्ट ध्येयं समोर ठेवून धरलेली एकाग्र इच्छा. ही एकाग्र इच्छा नंतर कायमस्वरूपी पेटलेल्या स्थितीत राहून त्या अग्नीमध्ये मनातील सर्व कचरा, भंगार जळून खाक होऊन उरते ते केवळ शुद्ध व तेजस्वी असे मूलतत्त्व किंवा सार. द्वापुर (द्वापार) युगात किंवा त्याही पूर्वीच्या युगात ध्रुवाने जे प्रायश्चित्त घेतलं होतं ते घेणं दुर्दैवाने या कलियुगात अशक्य आहे. कारण अन्न-पाण्याविना हे शरीर अस्तित्वातच राहू शकत नाही.

समाधी

योगी जेव्हा समाधी अवस्थेत पोहोचतो, तेव्हा काही वेगळ्या अशा क्षमता त्याच्यामध्ये निर्माण होतात. त्यामागोमाग त्याचं मनही विस्तारत जातं; पण समाधी अवस्थेमागील उद्दिष्ट काही अशी परिपूर्णता मिळवणं हे नसून, मूळ ध्येय हे कैवल्यज्ञान किंवा त्या अद्वैत पुरुषात कायम राहणं हे आहे. सिद्धी या योगाव्यतिरिक्त इतर अनेक मार्गांनी मिळवता येतात. म्हणूनच एखाद्या योगी माणसाची आध्यात्मिक उन्नती जोखण्यासाठी त्याने काही सिद्धी प्राप्त केल्या आहेत का हा निकष योग्य ठरत नाही. परिणामस्वरूपी समाधीतील निरनिराळ्या अवस्थांमधून पुढे जात जेव्हा एखादा योगी कैवल्यप्राप्ती करतो, तेव्हा त्याच्याकडे काही सिद्धी असण्याची जराशीही आवश्यकता उरलेली नसते.

सूत्र २

जाति-अन्तर-परिणामः प्रकृति आपूरात् ॥

प्रकृतीच्या अतिसंस्कारांमुळे आपल्या अतृप्त इच्छा अनुभवून त्यांची पूर्तता करण्यासाठी माणूस पुनर्जन्म घेतो.

अपूर्ण राहिलेल्या इच्छा या पुनर्जन्मासाठी सूचक ठरतात व काही विशिष्ट पुनर्जन्मांमध्ये त्या पूर्वसंस्कार स्वरूपात दिसूनही येतात.

सूत्र ३

निमित्तम् प्रयोजकं प्रकृतीनां वरणभेदसः ततः क्षेत्रिकवत्॥

एखादा शेतकरी आपल्या गरजेनुसार त्याच्या शेतात पाणी वळवून घेत असतो; पण पूर्वजन्मातील संस्कारांचा जेव्हा पूरच उरलेला नसतो, तेव्हा प्रकट स्वरूपांचं वर्गीकरण करणं, जुळवणं आणि बंदिस्त करणं हे काम एक योगी माणूस करत राहतो.

सूत्र ४

निर्माण-चित्तानि-अस्मितामात्रात् ॥

जडणघडण करत राहणारं मन हे केवळ प्रतिमाच निर्माण करत बसतं. कारण मीपणाने (अहंकाराने) त्याला झपाटलेलं असतं.

सूत्र ५

प्रवृत्तिभेदे प्रयोजकम् चित्तम्-एकम्-अनेकेषाम् ॥

मीपणाचा ज्यातून आरंभ होतो, ते सात्त्विक मन हे इतर भागांहून भिन्न असतं.

सूत्र ६

तत्र ध्यानजम्-अनाशयम्- ॥

ध्यानधारणेतून जे जन्म घेतं, त्यात संस्कारांचे काहीही अवशेष नसतात.

सूत्र ७

कर्म-अशुक्ल-अकृष्णम् योगिनः त्रिविधम् इतरेषाम् ॥

यामुळे योगी माणसाच्या कृती या काळ्या ठिक्कर किंवा पांढऱ्या शुभ्र अशा नसतात. (त्याच्या कृतींमध्ये अतिरेक नसतो. त्या समतोल राखलेल्या अशा असतात.)

सूत्र ८

ततः-तत्-विपाक-अनुगुणानाम्-एव-अभिव्यक्तिः वासनानाम् ॥

यामुळेच नेहमीनुसार आकृतिबंधांचं जे प्रकटीकरण होत राहतं, ते पूर्व संस्कारांचं फल असतं.

सूत्र ९

जाति-देश-काल-व्यहितानाम्-अपि-आनन्तर्यम् स्मृति-संस्कारयोः-एकरूपत्वात् ॥

स्मृती ही संस्कारांचं मूळ असल्यामुळे (पूर्वीच्या आठवणी व त्यांनी जीवनावर केलेले परिणाम) ते संस्कार एकाच प्रकारचे असतात. त्यामुळे जन्म, ठिकाण व वेळ या गोष्टी लपवल्या, तरी संस्कार दिसूनच येतात.

सूत्र १०

तासाम्-अनादित्वं च-आशिषः नित्यत्वात् ॥

कायमस्वरूपी असलेल्या इच्छांमुळे या आठवणींना आरंभ असा काहीच नसतो. (त्यांची सुरुवात केव्हा झाली हे शोधून काढता येत नाही.)

सूत्र ११

हेतु-फल-आश्रय-आलम्बनैः संगृहीतत्वात् एषाम् अभावे तद् अभावः ॥

कारण व मिळालेलं फल या दोन गोष्टींनी हे संस्कार एकत्र बांधले गेले असतात. जेव्हा इच्छाच संपून जातात तेव्हा या बंधांचाही शेवट होतो. या अवस्थेत संस्कारही संपुष्टात येतात.

सूत्र १२

अतीत-अनागतम् स्वरूपतः-अस्ति-अध्व-भेदात्-धर्माणाम् ॥

एखाद्याचा धर्म आणि त्याचा मूलभूत स्वभाव यावर आधारित निरनिराळे मार्ग स्वीकारल्यामुळे त्याच्या मनामध्ये भूत व भविष्य हे त्यांच्या आपापल्या भिन्न आकारामध्ये अस्तित्वास असतात.

सूत्र १३

ते व्यक्त-सूक्ष्माः गुणात्मानः ॥

हे स्वभाव विशेष सूक्ष्म गुणांमुळे गुणधर्म रूपात प्रकट होतात.

सूत्र १४

परिणाम-एकत्वात्-वस्तु-तत्त्वम् ॥

उत्क्रांतीमधील त्याच्या सारखेपणामुळे (त्याच स्रोतातून) एखाद्या गोष्टीमध्ये तिचा 'तोच पणा' (तेच गुण तेच वैशिष्ट्य) आढळून येतो.

सूत्र १५

वस्तुसाम्ये चित्त-भेदात्-तयोः विभक्तः पन्थाः ॥

गोष्टींमध्ये जरी साधर्म्य किंवा सारखेपणा असला, तरी त्या मनापासून भिन्न असल्याने त्या वेगवेगळे मार्ग चोखाळतात.

सूत्र १६

न च-एकचित्त-तन्त्रम् वस्तु तत्-अप्रमाणकम् तदा किं स्यात् ॥

एखादी गोष्ट किंवा वस्तू ही तिच्या अस्तित्वासाठी एका मनावर विसंबून नसते. या विधानाला काहीच पुरावा नाही. कसा असेल बरं तो?

सूत्र १७

तद्-उपराग-अपेक्षित्वात्-चित्तस्य वस्तु ज्ञात-अज्ञातम् ॥

मनाला दिसलेली एखादी वस्तू ही माहितीची अथवा माहिती नसलेली अशी असते. कारण त्या मनावर अपेक्षांचा प्रभाव असतो.

याचा अर्थ असा होतो की, ज्या मनात पूर्वग्रह व अपेक्षा असतात त्या मनाला ती वस्तू जशी आहे तशी दिसू शकत नाही. कारण विचारांमुळे त्या दृश्यावर वेगळेच रंग चढलेले असतात.

उदाहरण द्यायचं तर, एखाद्याचा जर आपल्याला पूर्वी वाईट अनुभव आला असेल तर त्याचा दृष्टिकोन कितीही चांगला व वस्तुनिष्ठ असला तरी तो आपण ऐकून घेण्यास किंवा त्या दृष्टीने बघण्यास नकार देतो. जे जग आपण पाहतो, त्या जगावर अपेक्षा व पूर्वग्रहांमुळे वेगळेच रंग चढलेले असतात. त्यामुळे आपण एखाद्या गोष्टीचं वास्तविक स्वरूप बघूच शकत नाही.

सूत्र १८

सदा ज्ञाताः चित्तवृत्तयः तत् प्रभोः पुरुषस्य अपरिणामित्वात् ॥

ज्याच्यात कधीही बदल होत नाही, त्या द्रष्ट्याच्या म्हणजेच पुरुषाच्या उपस्थितीमुळे मनात होणारे हे चढ-उतार त्याला माहीत होतात.

सूत्र १९

न तत्-स्वाभासम् दृश्यत्वात् ॥

वृत्तींमुळे मन हे स्वयंप्रकाशी असू शकत नाही. कारण दृश्य जगताच्या गुणधर्मांमुळे त्याच्यावर रंग चढलेले असतात.

सूत्र २०

एकसमये च उभय-अनवधारणम् ॥

एका ठरावीक वेळी पुरुष आणि वृत्ती या एकसारख्याच आहेत, असं खात्रीपूर्वकपणे सांगता येत नाही. कारण पुरुष हा वृत्तींपेक्षा वेगळा असतो.

सूत्र २१

चित्तान्तर-दृश्ये बुद्धिबुद्धेः अतिप्रसङ्गः स्मृति संकरः च ॥

याचा हा अर्थ निघतो की, उच्च प्रतीचं मन व बुद्धिमत्ता पाहून पाठोपाठ येणाऱ्या आठवणी किंवा स्मृतींमधील गोंधळाची आवश्यकताच उरत नाही.

यातून हा अर्थ निघतो की, तथाकथित उच्च मनाद्वारे स्वत्वाला साक्षी होण्याचा प्रयत्न करणं फोल ठरतं. कारण स्वत्वाला कोणीच साक्षी होऊ शकत नाही. हा साक्षीभाव मुळातच इतका सर्वोत्कृष्ट असतो की, उच्च प्रतीचं मन नावाची बनवलेली एक गोष्ट ही साक्षी होऊच शकत नाही. कारण साक्षीदार होण्यासारखी तेथे कोणतीच गोष्ट नसते.

सूत्र २२

चितेः अप्रतिसंक्रमायाः तदाकार-आपत्तौ स्वबुद्धि-संवेदनम् ॥

तथाकथित उच्च मनाचा हस्तक्षेप नसल्यामुळे (मागील सूत्रात केलेल्या चर्चेनुसार) व ती रीत किंवा पद्धतही अनुपस्थित असल्याने एखाद्याला स्वतःची बुद्धिमत्ता स्पष्टपणे समजू लागते.

सूत्र २३

द्रष्टृ-दृश्य-उपरक्तम् चित्तं-सर्व-अर्थम् ॥

द्रष्टा व दृशयमुळे मनाला सर्व अर्थ समजून येतो.

पाहिलेल्या जगाचा अनुभव हा द्रष्टा व दृश्य यामधील फरक ओळखण्यास मदत करतो. हा फरक दिसला नाही, तर बंधनं येतात. जेव्हा हा फरक समजून येतो, तेव्हा त्याचा परिणाम म्हणजे मुक्तता होते.

सूत्र २४

तद्-असंख्येय-वासनाभि-चित्रम्-अपि परार्थं संहत्यकारित्वात् ॥

परमानंद प्राप्तीसाठी ज्या ज्या कृती केल्या जातात, त्यासाठी अनेक सवयी लावून घेतल्या जातात. (तरीही इच्छांच्या तात्पुरत्या पूर्ततेसाठी पुरुषाविषयी गैरसमज करण्यात येतो.)

सूत्र २५

विशेषदर्शिनः आत्म-भाव-भावना विनिवृत्तिः ॥

कृतींच्या पद्धतीमधील फरक पाहून, एक म्हणजे संकुचित अर्थाने व दुसरं

म्हणजे पुरुषाची ओळख पटावी म्हणून, एखादा माणूस आत्मकेंद्रित कृतींची वृद्धी करणंच सोडून देतो.

सूत्र २६

तदा विवेकनिम्नम् कैवल्य-प्राग्भारम् चित्तम् ॥

तारतम्याकडे कल असणारं मन कैवल्य किंवा अंतिम मुक्ततेपासून फार दूर नसतं.

सूत्र २७

तत्-छिद्रेषु प्रत्ययान्तराणि संस्कारेभ्यः ॥

पूर्वसंस्कारांमुळे अगदी या स्थितीमध्येही एरव्ही शांत असणाऱ्या मनामध्ये काही हेतूंमुळे छिद्रं पाडली जातात.

सूत्र २८

हानम्-एषाम् क्लेशवत्-उक्तम् ॥

या हेतूंची समाप्ती म्हणजेच सर्व दुःखांची समाप्ती.

सूत्र २९

प्रसंख्याने-अपि-अकुसीदस्य सर्वथा विवेकख्यातेः-धर्ममेघः समाधिः॥

खरं म्हणजे जेव्हा एखाद्या माणसात तारतम्यभाव व विवेकबुद्धी असते, तेव्हा धर्म समाधीच्या ढगांमध्ये विहरणारी शांतिपूर्ण अवस्थाच काय ती उरून राहते.

सूत्र ३०

ततः क्लेश-कर्म-निवृत्तिः॥

यामधून पुढे जात कैवल्यापासून दूर नेत राहणाऱ्या सर्व कृतीच बंद होऊ लागतात.

सूत्र ३१

तदा सर्व-आवरण-मल-अपेतस्य ज्ञानस्य-आनन्त्यात्-ज्ञेयम्-अल्पम्॥

अशी सर्व सदोष आवरणं दूर झाल्यामुळे व जेव्हा स्वतःपाशीच अमर्याद असं ज्ञानभांडार असल्याने माहिती करून घेण्यासारखं काहीच उरत नाही.

सूत्र ३२

ततः कृतार्थानां परिणाम-क्रम-समाप्तिः गुणानाम् ॥

यामुळे गुणांचा उद्देशच (बदल व गुणधर्म) संपून जातो व क्रमाक्रमाने होणारे परिणाम म्हणजे केलेल्या कृतींचे परिणामच संपुष्टात येतात.

सूत्र ३३

क्षण-प्रतियोगी परिणाम-अपरान्त-निर्ग्राह्यः क्रमः ॥

परिणाम म्हणजे पूर्वी केलेल्या कृतींचे परिणामच संपून गेल्यामुळे विचारांची भूत, वर्तमान व भविष्य ही क्रमवारीच संपवण्यात येते.

सूत्र ३४

पुरुषार्थ-शून्यानां गुणानाम् प्रतिप्रसवः कैवल्यं स्वरूप-प्रतिष्ठा वा चिति-शक्तिः इति ॥

कैवल्याप्रत पोहोचण्याचा उद्देशच संपल्यामुळे रिकाम्या झालेल्या गुणांच्या उगमाकडे परतणं होतं. स्वतःच्या मूळ स्वरूपातील एकांतात, उच्च जागरूकतेत स्थिर व निश्चलपणे आणि द्रष्ट्याच्या मूळ स्थितीत म्हणजे पुरुषस्थितीत राहणं म्हणजे कैवल्यप्राप्ती.

•••

संदर्भग्रंथ सूची

- Taimani, I.K. *The Science of Yoga: The Yoga Sutras of Patanjali.* Theosophical Publishing House.
- Woods, James Houghtan. *The Yoga–Sutras of Patanjali* with Commentaries: 'Yoga Bhaashya' of Ved Vyasa and 'Tattva-Vāicāradi' of Vācaspati Miśra.
- Vivekananda, Swami. Rāja Yoga. The Ramkrishna Mission.
- Feuerstein Georg. *The Yoga-Sutras of Patanjali: A new Translation.* Dawson & Sons, 1979.
- Aranya, Swami Hariharananda. *Yoga Philosophy of Patanjali* with *Bhasvati* Calcutta University Press.
- Christopher Chapple and Yogi Anand Viraj. *The Yoga Sutras of Patanjali.* Sri Satguru Publications.
- *Yoga Sutras of Patanjali* in Sanskrit with Commentaries of Vyas and Vācaspati Miśra.

परिशिष्ट

परिशिष्ट अ : योगासने

नमस्कारासन

पादहस्तासन

भुजंगासन

धनुरासन

शलभासन

सर्वांगासन

हलासन

मत्स्यासन

अर्धमत्स्येंद्रासन

जानुशीर्षासन : डावा गुडघा

जानुशीर्षासन : उजवा गुडघा

पश्चिमोत्तानासन

पवनमुक्तासन

गोमुखासन

पद्मासन

वज्रासन

शवासन

परिशिष्ट ब : प्राणायाम

प्राणायाम : अनुलोम-विलोम : डावी नाकपुडी

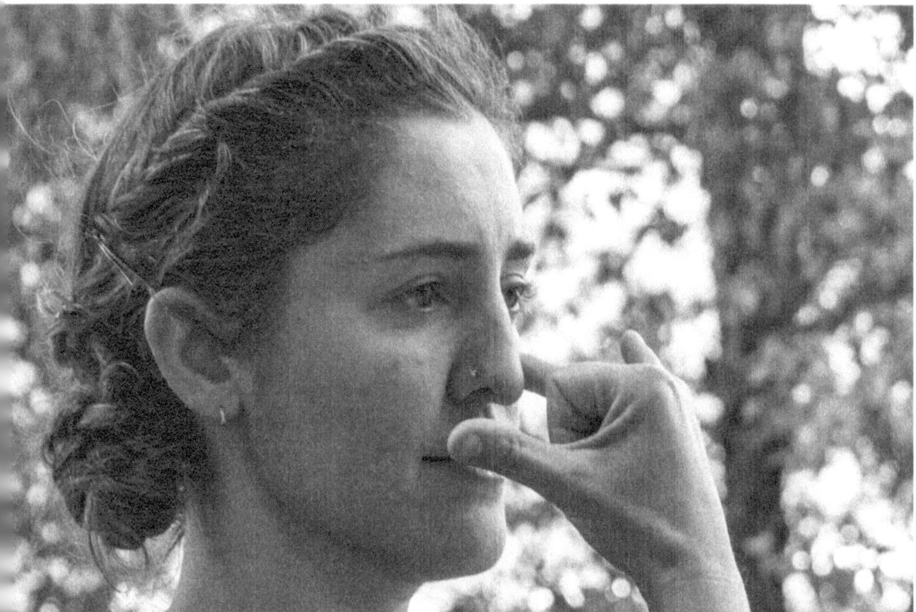

प्राणायाम :अनुलोम-विलोम : उजवी नाकपुडी

कुंडलिनी

'कुंडलिनी' या संकल्पनेचा पतंजलींच्या योगसूत्रात किंवा सांख्य साहित्यात कुठेही उल्लेख केलेला नाही. नंतरच्या काही उपनिषदांमध्ये याविषयीचं स्पष्टीकरण आलं असलं, तरी 'घेरण्डसंहिता,' 'शिवसंहिता' किंवा अगदी 'हठयोगप्रदीपिका' यांसारख्या नाथ सांप्रदायिक ग्रंथांत आणि प्रमुख उपनिषदांमध्येही 'कुंडलिनी' हा शब्द आढळत नाही. 'षट्चक्र योगनिरूपण' आणि इतर तांत्रिक ग्रंथांमध्ये व प्रामुख्याने बौद्धतंत्रांच्या शाक्त शिकवण्यांमध्येच 'कुंडलिनी' हा शब्द दिसून येतो.

'गूढ कुंडलिनी : कुंडली (हठ) योगाचं' या पुस्तकात व्ही. जी. रेले (V. G. Rele) पाश्चिमात्य शरीरशास्त्र व शरीरविज्ञान यांवर आधारित आहे. त्यांनी कुंडलिनीची बरोबरी उजव्या बाजूच्या शिरेशी केलेली आहे. या शिरेची मानसिकदृष्ट्या प्राणायामाच्या सरावात मुख्य भूमिका असली, तरी हे खूपच हास्यास्पद वाटतं. शंकर भगवत्पाद यांच्यासारख्या महान वेदान्तिनींनीही त्यांच्या प्रमुख लेखनात कुंडलिनीचा कुठेही उल्लेख केलेला नाही. शंकरांचार्यांच्या 'सौंदर्यलहरी'मध्ये कुंडलिनी जागृतीची प्रशंसा 'त्रिपुरसुंदरी' या शब्दात केली आहे. रमण महर्षींनींही कुंडलिनीचा उल्लेख कुठेही केलेला नाही.

या विषयाबाबतीत तीन दृष्टिकोन आहेत –

१. पूर्वीच्या काळी काही निवडक अशा मंडळींच्या समूहात गुप्त स्वरूपात कुंडलिनी जागृती या सिद्धांताचा सराव करण्यात येत असे व यामुळेच हा विषय उघडपणे चर्चिला जात नसे.
२. आध्यात्मिक उन्नतीच्या मार्गाचा अभ्यास करण्यासाठी कुंडलिनी जागृतीची गरज नाही हा समज.
३. काही जण या तथाकथित कुंडलिनी योगाचा प्रत्यक्ष सराव करत नसूनही अनवधानाने का होईना त्यांची कुंडलिनी जागृत होत असे, असा उल्लेख

योगतंत्रात दिलेल्या अनुभवांवरून दिसून येतो. उदाहरणार्थ, गोपीकृष्ण यांचे व अगदी जे. कृष्णमूर्तींचे अनुभवही. जे. कृष्णमूर्तींना याविषयी विचारलं असता ते काहीच बोलले नव्हते.

मी जरी या तीन मुद्द्यांशी सहमत असलो, तरी दुसऱ्या मुद्द्याशी मी पूर्ण सहमत नाही. असं म्हणणं जास्त योग्य ठरेल की, एखादे वेळेस काही गूढ व अनाकलनीय कारणांमुळे आध्यात्मिक शोधाच्या शिखर (उन्नत) अवस्थेत कुंडलिनी जागृती होत असावी.

पहिल्या मुद्द्याविषयी बोलताना असं म्हणता येईल की, 'कुंडलिनी' शब्दाचा वापर इतका क्षुल्लक व स्वस्त झाला आहे की, त्याचा वरचेवर उल्लेख केला जातो. हे सर्व इतक्या हास्यास्पद पातळीवर पोहोचलं आहे की, काही तथाकथित योगी काही शुल्क किंवा फी आकारून 'कुंडलिनी' जागृत करून देतो अशी आश्वासने देऊ लागले आहेत. मानवी शरीरातील चक्रांमधून ही शक्ती खालून वर आणि वरून खाली अशी चढत व उतरत असते.

ही चक्रं आणि कुंडलिनी सिद्धांताविषयी ज्यांना सुस्पष्ट माहिती हवी असेल, त्यांच्यासाठी 'षट्चक्र निरूपण' या ग्रंथाच्या आर्थर एव्हलॉन (Arthur Avalon) यांनी केलेल्या 'द सर्पेंट पॉवर : षट्चक्र-निरूपण अँड पादुका-पंचम' या अनुवादासारखं दुसरं पुस्तक नाही. तरीही मी हे सुचवतो की, या गोष्टीचा प्रत्यक्ष अभ्यास, सराव हा तज्ज्ञ प्रशिक्षकाच्या देखरेखीखालीच करणं हितावह ठरतं.

सारांश हा की, कुंडलिनी किंवा योगतंत्रामध्ये 'कुल कुंडलिनी' असा उल्लेख केलेली ही एक आदिम शक्ती असून, ती सर्व निर्मितीचा मूळ स्रोत आहे. तिला प्राणशक्ती असंही म्हटलं जातं. तिचं निर्मितीचं कार्य पूर्ण झाल्यावर ती पाठीच्या कण्याच्या मुळाशी म्हणजे मूलाधार चक्रात विसावते. जी माणसं योगी नाहीत अशांसाठी ही शक्ती लैंगिक उत्तेजनेसाठीचं मूळ कारण असते व त्या लैंगिक क्रियेमधूनच परमानंद मिळून एक नवीन जीव जन्माला येतो.

योगीजनांच्या बाबतीत हीच नियंत्रित व उदात्तीकरण केली गेलेली शक्ती जागृती केंद्रं असलेल्या चक्रांमधून वर चढत जाऊन एक हजार पाकळ्या असलेल्या कमलचक्रातील म्हणजे मुकुट केंद्रातील (सहस्रार चक्र) 'शिवम्' या पुल्लिंगी घटकात जाऊन विलीन होते. कुंडलिनी जागृतीचा हा सराव एखाद्या तज्ज्ञ प्रशिक्षकाच्या मार्गदर्शनाखालीच करावा. बऱ्याच काळापर्यंतच्या अखंड सरावातूनच अपेक्षित परिणाम साध्य होतात.

शब्दकोश

१. दर्शन : हिंदू तत्त्वज्ञानातील सहा शाखा. वस्तुस्थितीला सामोरं जाणं हे या संस्कृत शब्दाचं योग्य भाषांतर ठरेल. ही सहा दर्शने म्हणजे – 'न्याय', 'सांख्य', 'योग', 'वैशेषिक', 'मीमांसा' आणि 'वेदान्त.'

२. कैवल्य : 'केवल' ही या शब्दाची व्युत्पत्ती असून, त्याचा अर्थ पूर्ण एकटा किंवा एकाकी असा होतो. म्हणजेच मूळ वस्तुनिष्ठ बाबींच्या अनिश्चिततेतून संपूर्ण स्वातंत्र्य.

३. योग : मन विचलित करणाऱ्या सर्व गोष्टींपासून मनाला मुक्त करणं. (योगातील – चित्तवृत्तिनिरोध)

४. क्रियायोग : आध्यात्मिक पूर्ततेच्या दिशेने काही विशिष्ट परिणाम होण्यासाठी केलेली तंत्रं किंवा क्रिया किंवा सराव.

५. अष्टांगयोग : पतंजलींनी केलेल्या व्याख्येनुसार आठ भागांचा किंवा अंगांचा योग. ही अंगे म्हणजे – 'यम', 'नियम', 'आसने', 'प्राणायाम', 'प्रत्याहार', 'धारणा', 'ध्यान व समाधी' – पतंजलींनी 'अष्टांग' या शब्दाचा उल्लेख कुठेही केलेला नसून, त्यांनी क्रियायोग हा शब्दच वापरलेला आहे.

६. वेद : 'वेद' म्हणजे उघड स्वरूपातील प्राचीन धर्मग्रंथ

७. शांतिमंत्र : शांतीसाठी केलेली प्रार्थना किंवा स्तोत्र

८. उपनिषद : स्वतःची खरी ओळख पटवून देणारे भारतामधील प्राचीन ग्रंथ

९. ईश्वर : एक सर्वोच्च असं अस्तित्व किंवा मानवीकरण केलेल्या देव-देवता किंवा सर्वोच्च स्वत्व किंवा आध्यात्मिक प्रेरणा

१०. शिवसंहिता : योगावरील एक प्राचीन ग्रंथ. यात योगतंत्र, योगसराव व योगासनांमागील सिद्धांत व मुक्तीकडे नेणारे मार्ग यांविषयी चर्चा केली आहे.

११. योग याज्ञवल्क्य : योगावरील एक उत्तम ग्रंथ, ज्यात 'अष्टांगयोग' व वेदान्ताचं एकत्रीकरण केलेलं आहे.
१२. चित्त : मन आणि मर्यादित जागरूकता
१३. वृत्ती : मन विचलित करणाऱ्या गोष्टी किंवा 'क्रियाकलाप' किंवा हालचाली
१४. द्रष्टा (सीर) : दृश्यापासून वेगळा असा पाहणारा म्हणजे द्रष्टा वा ज्ञानी माणूस किंवा ऋषी
१५. गुण : वेदान्त, बौद्ध किंवा इतर पौर्वात्य तत्त्वज्ञानाचा आधार असणाऱ्या सांख्य तत्त्वज्ञानानुसार प्रकृतीत उपस्थित असलेले गुणधर्म. हे तीन प्रकारचे गुण आहेत – तमस (दाट किंवा गर्द), राजस (कृती आधारित) व सत्त्व (सुसंवादी किंवा समतोल).
१६. अभ्यास : प्रयत्न किंवा सराव
१७. संस्कार : मानसिक संस्करण किंवा मनात उमटलेले ठसे किंवा बनलेली मतं
१८. क्लेश : अपूर्णता किंवा दुःखं
१९. प्रवृत्ती : ज्ञानेंद्रियांनी दाखवलेल्या बाह्य जगतातील गोष्टींकडे वळून बहिर्गामी होणं.
२०. निवृत्ती : अंतर्गामी होणं किंवा आत वळणं.
२१. कर्म : कारण व परिणामाचं तत्त्व किंवा कृती.

पुस्तकाविषयी

'योगशास्त्रा'चा उगम भारतात झाला असला, तरी योगाभ्यास करणारे याबाबत असा युक्तिवाद करतात की, 'योगाभ्यासा'चा सराव करण्यासाठी हिंदू असणं गरजेचं नाही. प्रसिद्ध आध्यात्मिक गुरू, लेखक, समाजसुधारक, शिक्षणतज्ज्ञ व आंतरराष्ट्रीय ख्यातीचे वक्ते श्री एम यांनी या पुस्तकाद्वारे एक आणखी पुढची पायरी गाठलेली आहे. ते हे सिद्ध करून दाखवतात की, कोणी कुठल्याही धर्माचं असणं किंवा फार काय, त्याचा देवावर विश्वासही नसणं; या गोष्टी एखाद्याला 'योगी' बनण्यात अडथळा आणू शकत नाहीत. सद्यकाळातील एक विद्वान वेदान्ती या नात्याने आणि प्राचीन भारतीय ग्रंथांमधील त्यांच्या सखोल व दीर्घ अभ्यासातून श्री एम हे सिद्ध करतात की, योगाभ्यास सरावातून आस्तिकाप्रमाणे नास्तिकही परमानंद व आत्मज्ञानाच्या शिखरापर्यंत पोहोचू शकतो.

पतंजलींच्या योगसूत्रांवर श्री एम यांनी केलेल्या सखोल अभ्यासावर आधारित असलेलं हे पुस्तक म्हणजे सिद्धांत व प्रत्यक्ष सराव यांविषयी क्रमवार माहिती देणारी मार्गदर्शिकाच आहे. हे पुस्तक योगाभ्यास करणारे व हजारो नवोदितांसाठीही उपयुक्त ठरू शकतं. स्पष्ट व सुबोध भाषा आणि योगासनांच्या छायाचित्रांच्या मदतीने श्वास, शरीर व आसने या अत्यंत गुंतागुंतीच्या कल्पना श्री एम अत्यंत स्पष्ट व संक्षिप्त स्वरूपात समजावून देतात.

तुम्हाला योगाविषयीचं पुस्तक वाचायचं असेल, तर या एकाच पुस्तकाची निवड करणं योग्य ठरेल.

सकाळ प्रकाशनाची इतर पुस्तके

श्री एम यांची पुस्तके

- शून्य
- निरंतर सफर
- हिमालयवासी गुरूंच्या योगी शिष्याचे आत्मकथन
- विस्डम ऑफ द ऋषीज (ऋषींचे प्रज्ञावैभव)
- ज्वेल इन द लोटस (कमळातील रत्न)
- द होमकमिंग अँड अदर स्टोरीज (पुनश्च स्वगृही आणि इतर कथा)

www.ingramcontent.com/pod-product-compliance
Lightning Source LLC
Chambersburg PA
CBHW031352230926
51848CB00002B/488
* 9 7 8 9 3 4 9 4 8 7 5 3 6 *